TỦ SÁCH ĐẠO PHẬT NGÀY NAY

Chủ nhiệm:
TT. Thích Nhật Từ
(ĐT: 0908.153.160; email: thichnhattu@gmail.com)

Tủ sách Đạo Phật Ngày Nay do Thầy Thích Nhật Từ chủ biên bao gồm các Nghi thức tụng niệm thuần Việt và trên 200 đầu sách nghiên cứu và ứng dụng về Phật học, thuộc loại sách gối đầu giường cần thiết cho mọi đối tượng độc giả.

Tủ sách Đạo Phật Ngày Nay đã xuất bản trên 100 CD về Đại tạng kinh Việt Nam và nhiều tác phẩm Phật học dưới dạng MP3. Đây là ấn bản đầu tiên trên thế giới về thể tài này. Tủ sách đã xuất bản hàng trăm sách nói Phật giáo, CD và VCD tân nhạc, cải lương và tiếng thơ Phật giáo. Ngoài ra còn có hàng ngàn VCD pháp thoại của Thầy Thích Nhật Từ và các vị pháp sư khác về nhiều chủ đề từ gia đình, xã hội đến đạo đức và tâm linh.

Quý tác giả, dịch giả muốn xuất bản sách nghiên cứu và ứng dụng Phật học, quý Phật tử muốn ấn tống kinh sách Phật giáo, các đại lý cần nhận sách phát hành, xin vui lòng liên hệ:

© NHÀ SÁCH ĐẠO PHẬT NGÀY NAY
Chùa Giác Ngộ, 92 Nguyễn Chí Thanh, P.3, Q.10, TP.HCM
ĐT: (028) 3839-4121
www.daophatngaynay.com | www.chuagiacngo.com

TỦ SÁCH ĐẠO PHẬT NGÀY NAY

THÍCH NHẬT TỪ

THIỀN CHỈ, THIỀN QUÁN VÀ LỢI ÍCH CỦA THIỀN

MỤC LỤC

THAY LỜI TỰA

Truyền thống thiền của đức Phật bao gồm "thiền chỉ" (*Samatha bhāvanā*) còn gọi là thiền định và "thiền quán" (*Vipassanā bhāvanā*) còn gọi là "thiền minh sát" hay "thiền tuệ" (*vipassanāñāṇa*).

"Thiền chỉ" (*samādhi bhāvanā*) gồm 40 đề mục thiền, có mục đích làm cho tâm an trú và chế ngự được các trói buộc tâm. "Thiền chỉ" là cách tu nương vào đối tượng thiền, cột tâm vào đối tượng thiền để tâm được an tĩnh, vắng lặng, dừng lặng các thói quen cũ, các nghiệp phàm, lối sống phàm ít nhất trong thời điểm thực tập "thiền chỉ".

Cốt lõi thực tập "thiền chỉ" chính là "*Tâm nương đối tượng thiền, buông bỏ việc đã qua, không màn chuyện chưa đến, thư thái tâm hiện tại, vượt qua mọi ý niệm, chính niệm luôn hiện tiền*".

Giá trị của "thiền quán" hay "thiền minh sát" (*vipassanā bhāvanā*) là mang lại trí tuệ cho người thực tập thiền. Minh sát (*vipassanā*) là nhìn thẩm thấu bằng tâm, nhìn mọi sự vật một cách sâu sắc "như chúng đang là", hạn chế tối đa sự can thiệp ý thức chủ quan vào sự vật được quan sát, khi các giác quan tiếp xúc với đối tượng trần cảnh. Khi các suy luận dù là diễn dịch, quy nạp, tổng hợp, phân tích... thoát ra khỏi ý thức về chấp ngã chủ quan và chấp ngã khách quan, lúc đó ta có thể nhìn sự vật đúng với bản chất của chúng.

Cốt lõi của "thiền quán" là chính niệm trực tiếp (*satimā*) và tỉnh giác trực tiếp (*sampajāno*) với đối tượng "thân, thọ, tâm, pháp", đồng thời, phải tinh tấn tỉnh giác (*ātāpī*) liên tục. "Thiền quán" giúp hành giả thấu rõ các trạng thái vô thường (*aniccalakkhaṇa*), trạng thái khổ (*dukkhalakkhaṇa*) và trạng thái vô ngã (*anattalakkhaṇa*), hướng đến sự chấm dứt tham ái, phiền não, đạt được các thánh quả và chứng đắc niết bàn.

Phật tử sau khi thực tập "thiền chỉ" nên tiếp tục tu "thiền quán". Bốn đối tượng quán niệm của thiền minh sát (thân thể, cảm giác, tâm và ý niệm) không cần thiết phải thực tập theo trình tự trước sau; cũng không cần thiết thực tập một lúc 4 nội dung. Hành giả bị kẹt hay dính mắc ở phương diện nào, hoặc thân, cảm xúc, tâm, hoặc pháp thì thực tập phần thiền tuệ thích hợp để chuyển hóa.

Cốt lõi của tu thiền là làm chủ cảm xúc, tri giác, tâm tư, nhận thức, thói quen và lối sống. Cốt lõi của định nằm ở xả niệm và thanh tịnh. Ngoài việc tăng cường sức khỏe, người tu thiền chỉ và thiền quán còn đạt được ba tuệ giác lớn để trở thành bậc thánh, giác ngộ và giải thoát toàn triệt.

Thiền vượt khỏi ranh giới của tôn giáo, sắc tộc, màu da, giới tính và tuổi tác. Để buông bỏ các căng thẳng, lo lắng, sầu bi, ưu não, đồng thời có được bình an, định tĩnh và hạnh phúc trong đời, mỗi người hãy tu thiền chính niệm và tỉnh thức ít nhất 15 phút mỗi ngày. Thực tập thiền giúp bạn sống năng động, tích cực, sáng tạo, hữu ích và có giá trị hơn.

Mùng 3 xuân Mậu Tuất 2018
TT. Thích Nhật Từ
Cẩn chí

- I -
CẨM NANG TU "THIỀN CHỈ" VÀ "THIỀN QUÁN"

CẨM NANG TU THIỀN CHỈ VÀ THIỀN QUÁN[1]

Truyền thống thiền của đức Phật bao gồm "thiền chỉ" (*Samatha bhāvanā*) còn gọi là thiền định và "thiền quán" (*Vipassanā bhāvanā*) còn gọi là thiền tuệ hay thiền minh sát. Các trường phái thiền tại Miến Điện thường hướng dẫn hoặc chuyên về thiền chỉ hoặc chuyên về thiền quán hoặc bao gồm cả thiền chỉ lẫn thiền quán.

Theo kinh điển Pali, đức Phật nhấn mạnh đến thiền quán nhiều hơn, bao gồm các bài kinh như kinh *Tứ niệm xứ*, kinh *Đại niệm xứ*, kinh *Thân hành niệm*, kinh *Quán niệm hơi thở*, kinh *Người biết sống một mình* và một số bài kinh nói về bốn cấp bậc thiền định cũng như các thiền vô sắc giới.

Dựa vào những gì đức Phật giảng dạy về thiền chỉ, các bậc đại sư Phật giáo tại Sri Lanka đã hệ thống các đối mục của thiền chỉ nhiều hơn, tạo ra sự phong phú trong các đối tượng thiền nhằm giúp cho hành giả từ nền tảng thích ứng chủ đề thiền dẫn đến kết quả và lợi ích trong việc thực tập

1. Pháp thoại do Thầy Nhật Từ giảng trong khóa tu Thiền Vipassanā tại chùa Giác Ngộ, ngày 23-04-2017. Phiên tả bài giảng: Nguyễn Phạm Cao Quân. Hiệu đính phiên tả: Ngộ Trí Viên.

thiền. Dầu tu theo thiền chỉ hay thiền quán, các hành giả thiền cần phải lưu tâm là đang lúc thực tập thiền hành giả phải làm chủ hơi thở ra và vào, dài và ngắn với sự ghi nhận rõ ràng ở tâm: "phình...phình" đối với hơi thở vào và "xẹp...xẹp" đối với hơi thở ra. Sự ghi nhận rõ ràng đó được gọi là chánh niệm, thấy rõ được sự vận chuyển của hơi thở trong cơ thể góp phần giúp cho người thực tập thiền được tỉnh giác.

Khi thực tập thiền, dầu trong không gian ở rừng núi yên tĩnh hay ở trên điện Phật hoặc là ở tại tư gia, các hành giả có thể chọn một trong hai đối tượng thiền chỉ hoặc thiền quán. Làm thế nào để có thể xác định được mình thích hợp với loại Thiền nào? Để việc chọn lựa trở nên có kết quả thì trong phần giới thiệu bao quát sau đây, tôi giúp quý vị nắm được 5 nội dung của Thiền chỉ và thiền quán cũng như là lợi ích, kết quả đạt được từ việc tu tập 2 loại Thiền này. Trên nền tảng đó, quý vị sẽ làm chủ được cảm xúc, thái độ, tâm tư, nhận thức, lối sống và cách ứng xử. Từ đó, có thể lựa chọn cho mình cách thực tập, hoặc thiền chỉ hoặc thiền quán một cách thích hợp.

1. VỀ BẢN CHẤT THIỀN

Thiền chỉ trong tiếng Pali gọi là *Samatha bhāvanā*. *Bhāvanā* có nghĩa đen là "tu tập tâm" và ở nội hàm rộng hơn là "phát triển tâm", gọi tắt là "tu tập". *Samatha* là sự an định, sự vắng lặng. Khi chúng ta mượn đối tượng thiền quán nhất định nào đó, giữ tâm trên đối tượng đó, thì cùng thời điểm và không gian đó, người thực tập thiền không để tâm mình "du lịch" cảnh trí này, phân tâm ở cảnh vật khác. Bằng cách này, tâm của người thực tập thiền trở nên sâu lắng: Thân đâu tâm đó.

Thiền chỉ còn được gọi là "tịnh chỉ tu tập", vốn dựa vào việc dừng lắng càng nhiều càng tốt các hoạt động giác quan như mắt thấy, tai nghe, mũi ngửi, lưỡi nếm, thân xúc chạm và ý hình dung. Nhờ đó, người thực tập sẽ phát triển được trạng thái thanh tịnh, nhẹ nhàng ở trong tâm.

Thiền chỉ còn được gọi là "thiền định" (*samādhi bhāvanā*). Sở dĩ có cách gọi này là vì về bản chất người thực tập "thiền chỉ" đạt được trạng thái dịnh tâm sâu sắc, vắng lặng, nhẹ nhàng, không bị dao động bởi các hoàn cảnh đang diễn ra xung quanh, không bị chi phối bởi các cảnh trần như: Sắc, thanh, hương, vị, xúc và pháp. Người thực tập thiền chỉ có thể giữ trạng thái sâu lắng trong định vài tiếng đồng hồ liên tục, ở mức độ sâu sắc hơn, vài ngày, vài tuần, vài tháng liên tục.

Hiện trượng thiền sư Bồ-đề Đạt-ma 9 năm ngồi dựa vào vách tường núi Tung Sơn, chùa Thiếu Lâm không phải là một sự đồn thổi. Thời hiện đại này cũng có một số người ngồi thiền liên tục trong tư thế nhập định, không đứng dậy khỏi tư thế đó trong suốt hai năm trời. Chẳng hạn như hiện tượng cậu bé được mệnh danh là Buddha Boy (cậu bé Phật) ở Nepal cách đây vài năm. Sau khi các hãng truyền thông lớn trên thế giới gồm BBC, CNN, AFP và nhiều hãng truyền thông khác đến phóng sự nơi Buddha Boy thực tập thiền gần 2 năm bất động. Cậu ruột của cậu bé này là một lama Tây Tạng đã di chuyển cậu bé đến một nơi kín đáo hơn. Từ thời điểm đó đến nay, chúng ta không có thông tin, không nghe biết gì về việc tu tập thiền chỉ, ở mức độ chuyên sâu là thiền định mà Buddha Boy đã thực hiện.

Thời hiện đại, do ảnh hưởng của truyền thông và các phương tiện giải trí quá nhiều, vẫn còn có người tu tập thiền chỉ hay là thiền định một cách sâu lắng như thế. Thời xưa, cách đây 26 thế kỷ tại Ấn Độ các hành giả Thiền dưới sự hướng dẫn của Đức Phật đạt được trạng thái này là chuyện không phải quá khó khăn.

Thiền quán trong tiếng Pali là *Vipassanā bhāvanā. Vipassanā* có nghĩa đen là nhìn thẩm thấu, nhìn rõ bản chất của sự vật như chúng đang là. Trong cái nhìn này, người thực tập Thiền sẽ hạn chế một cách tối đa sự can thiệp của ý thức chủ quan vào các đối tượng được chúng ta tiếp nhận, bao gồm khi mắt thấy, tai nghe, mũi ngửi, lưỡi nếm, thân xúc chạm. Từ đó, người tu thiền vượt qua được thói quen "dán nhãn" và "đặt tên" lên con người, sự vật, sự việc, tình huống.

Thiền quán còn được gọi là "minh sát tu tập". "Minh" là rõ ràng, "sát" là quan sát, nhìn thấy. "Minh sát" là thấy một cách rõ ràng. Động tác này cũng giống như người có hai mắt với ánh sáng đầy đủ nhìn thấy rõ được các vân tay, các chỉ tay trong lòng bàn tay trước mặt. Nhận thức qua cái nhìn như vậy là chuẩn xác.

Về phương diện chiều sâu, thiền quán

còn được gọi là "thiền tuệ" (*vipassanā bhāvanā* hay *paññā bhāvanā*). *Paññā* dịch sát nghĩa là trí tuệ hay là tuệ giác, hay tỉnh thức. Tu tập thiền quán là nghệ thuật giúp người thực tập thiền phát triển được trí tuệ, tâm sáng suốt hơn, hiểu biết về thế giới hiện tượng và bản chất của mọi sự vật như chúng đang là. Người tu thiền tuệ sẽ đạt được chuẩn nhận thức về thế giới quan, nhân sinh quan, xã hội quan, đạo đức quan, tu tập quan và giải thoát quan Phật giáo... chính xác và trọn vẹn. Từ đó, thoát khỏi các hình thái mê tín dị đoan, sợ hãi, lo lắng, căng thẳng, bồn chồn và nhiều phản ứng tâm lý tiêu cực khác.

Những người có tâm lý dao động, lăng xăng, thiếu điềm tĩnh, vội vã... nên thực tập thiền chỉ trong giai đoạn đầu. Mỗi đối tượng thiền chỉ trở thành phương pháp thay thế đối tượng nhận thức ở tâm, người thực tập không chạy nhảy theo các đối tượng bên ngoài do tác động của môi trường sống, hoàn cảnh sống.

Người sợ hãi, bị chi phối bởi mê tín dị đoan, chạy theo quá nhiều các tập tục phong thủy, địa lí, đồng bóng, ngoại cảm và năm tháng ngày giờ tốt xấu, sự kiện hưng và suy nên thực tập thiền quán còn gọi là thiền tuệ, nhờ đó rũ bỏ được các nỗi khổ và niềm đau bằng trí tuệ sáng suốt.

Dựa vào các bệnh lí về tâm, sở trường và sở đoãn, quý vị có thể thực tập thiền chỉ trong giai đoạn đầu. Khi tâm đã được lắng yên, đã làm chủ được cảm xúc thái độ, quý vị có thể nâng cao phương pháp tu tập của mình bằng việc thực tập thiền quán. Trong thời khóa thực tập thiền gồm 60 phút chẳng hạn, 30 phút đầu quý vị có thể trải nghiệm thiền chỉ và thời gian còn lại tập trung thiền quán. Người có năng lực định tốt, việc thực tập thiền chỉ chỉ cần diễn ra trong vòng 10 phút, thời gian còn lại đầu tư cho sự phát triển thiền quán. Phối hợp nhịp nhàng giữa thiền chỉ và thiền quán, hành giả vừa đạt được định tâm, vừa phát triển được trí tuệ.

2. VỀ ĐẶC ĐIỂM THIỀN

Như vừa trình bày ở phần trên, thiền chỉ dẫn đến định tâm và thiền quán có khả năng phát triển trí tuệ. Định là nền tảng của trí tuệ. Do đó, thiền chỉ cũng là nền tảng của thiền quán. Người thực tập thiền không nên dừng lại ở thiền chỉ như một số trường phái thiền ở Miến Điện đã chủ trương. Vì dừng lại ở thiền chỉ, các hành giả sẽ đánh mất cơ hội phát triển thiền quán để tăng trưởng trí tuệ.

Không chỉ Phật giáo mới có thiền chỉ, các tôn giáo trước đức Phật, cùng thời với đức Phật tại Ấn Độ, cũng như các trường phái Phật giáo khác tại Trung Quốc như thiền công án, thiền thoại đầu gọi chung là thiền tổ sư đều có phương pháp và kĩ năng thực tập thiền chỉ, mặc dầu đối tượng thực tập là khác nhau, mục đích đạt được là một.

Ví dụ, câu thoại đầu phổ biến trong thiền tông Trung Quốc là "Mọi sự vật hiện tượng quay về số một, một quay về cái gì?" (*vạn pháp quy nhất, nhất quy hà xứ*). Hoặc là "Trước khi cha mẹ của tôi được sinh ra, mặt mũi thật của tôi là cái gì?" Công án là những câu thoại đầu đã được phổ biến, trở thành các điển tích mà các vị thiền sư thường sử dụng để khai tâm mở trí cho các thiền sinh.

Về bản chất, công án và thoại đầu là giống nhau. Giữ tâm mình với một công án hay thoại đầu, hành giả được xem là đang thực tập thiền chỉ, hay còn gọi là thực tập thiền định. Tương tự, Tịnh Độ tông dạy niệm danh hiệu "Nam-mô A-diđà Phật" một cách nhất tâm, bất loạn. Nếu đang lúc niệm, hành giả không để tâm đến sự cầu nguyện, van xin thì lúc đó, việc niệm Phật được xem là thực tập thiền chỉ.

Tương tự, trong Mật tông, khi hành giả thực tập quán niệm các câu thần chú, bên cạnh miệng niệm thần chú, tay của hành giả Mật tông còn đếm các hạt đậu, các hạt sỏi... biến chúng thành đối tượng giữ tâm được an định một chỗ, đều được gọi chung là thiền chỉ.

Các hành giả đọc kinh, nghiền ngẫm chân lý Phật và đạo đức Phật qua lời kinh cũng được gọi là đang thực tập thiền chỉ. Nói chung, nhiều trường phái thiền trong đạo Phật, ngoài đạo Phật có những cách hướng dẫn về thiền chỉ khác nhau. Về bản chất, trong thiền chỉ luôn có đối tượng thiền, theo đó, người tu gá tâm vào, nhờ đó, tâm không "du lịch", phân duyên, hướng ngoại, đắm nhiễm, vướng kẹt vào bất cứ việc gì trên đời. Tu tập thiền chỉ đúng cách, hành giả đạt được trạng thái "vô sở trụ."

Trong phương pháp Thiền quán, mục tiêu là hướng đến sự tháo mở các trói buộc ở tâm, giúp hành giả đạt được sự tự do và giải thoát. Thiền quán không chỉ dừng lại ở sự vắng lặng. Thiền quán là phương pháp tu thiền đặc thù của Phật giáo. Các trường phái thiền của các tôn giáo khác như là thiền Yoga của Bà-la-môn giáo, hay là thiền khí công của Trung Quốc, thiền xuất hồn của Việt Nam... đều không đạt được mục tiêu lớn nhất là giúp hành giả giải phóng các nỗi khổ niềm đau đang vướng kẹt ở tâm. Các trói buộc ở tâm làm con người vướng kẹt vào vô minh. Vô minh làm cho nỗi khổ niềm đau trói buộc con người.

Khi hành giả đạt được thành công trong thực tập thiền chỉ, phát triển thiền quán, hành giả mới có cơ hội mở cánh cửa giải thoát cho bản thân, góp phần giải phóng các nỗi khổ niềm đau cho tha nhân. Khi thực tập thiền quán, người thực tập thiền Phật dạy đạt được các lợi ích tự do cao hơn bất kì trường phái thiền thuộc các tôn giáo khác.

Đã là Phật tử thực tập thiền thì không nên thực tập thiền nhân điện, thiền khí công, thiền yoga, thiền điều trị bệnh của các trường phái thiền ngoài Phật giáo. Giá trị cao nhất người thực tập thiền đạt được là giải thoát. Những phương pháp Thiền nêu trên chỉ dừng lại ở lợi ích sức khỏe, chứ không phải là giá trị cao nhất có thể đạt được: Giải phóng khổ đau.

3. VỀ ĐỐI TƯỢNG THIỀN (Kammaṭṭhāna)

3.1. Về thiền chỉ *(samatha bhāvanā)*

Khi thực tập thiền chỉ, hành giả sử dụng các đối tượng thuộc về thế giới mặc định để giữ tâm một chỗ. Đối với người thực tập thiền quán thì đối tượng giữ tâm thuộc về chân đế, tức là sự thật về sự vật trong chính nó, thoát khỏi những mặc định bằng ngôn ngữ và truyền thông về sự vật.

Ví dụ, trong khóa thiền tại chùa Giác Ngộ hôm nay có hơn 900 người thực tập, phần lớn mặc áo tràng màu lam. Trong số đó có một nửa hoặc một phần ba mặc áo tràng của chùa Giác Ngộ. Chiếc áo tràng màu lam của chùa Giác Ngộ có cách may khác với các chùa khác, thực ra, chỉ là *mặc định* nhằm tạo ra sự đặc thù của Phật tử tại chùa Giác Ngộ so với Phật tử trên toàn quốc nói chung. Như vậy, sự mặc định giúp ta phân biệt được hình thù, màu sắc, khái niệm được mô tả đối với con người, sự vật, sự việc, tình huống khác nhau. Nhờ đó chúng ta không lẫn lộn trong truyền thông, tạo ra khái niệm phổ quát trong truyền thông.

Trong chân lý tuyệt đối, các mặc định về con người và sự vật cần được buông bỏ, để ta không can thiệp ý thức chủ quan vào sự vật được quan sát. Thực tập thiền quán là để phát triển trí tuệ, nhìn thấy sự vật như chúng đang là. Với cái nhìn vượt lên trên các mặc định, ta sẽ không còn phân biệt "Đây là áo tràng chùa Giác Ngộ", "Đây là áo tràng miền Nam" hay "Đây là áo tràng miền Bắc". Ta chỉ đơn giản ghi nhận: "*Đây là chiếc áo tràng*", không dán nhãn, không đặt danh lên chiếc áo tràng, chỉ ghi nhận đơn thuần sự vật như chúng đang là.

Tháo mở được thói quen phân biệt, thành kiến, ác kiến, mặc cảm đối với con người, sự vật, sự việc, tình huống nhiều chừng nào, các hành giả thiền có khả năng phát triển thiền tuệ tức là trí tuệ nhiều chừng ấy.

Chị em phụ nữ nặng về cảm xúc, dễ phát sinh các thói quen thành kiến, tư kiến, ác kiến đối với người mà mình không ưa thích. Người chấp dính cảm xúc phải tu thiền tuệ nhiều hơn để đạt được cái nhìn như thật về con người và sự vật. Những người đàn ông thích lí sự, lí luận hơn thua, tranh chấp... khó phát triển thiền tuệ, vì cái tôi chủ quan can thiệp vào tiến trình nhận thức làm cho sự nhận thức bị đánh giá với cặp kính màu nhị nguyên.

Trong kinh tạng Pali, đức Phật đề cập rải rác các đối tượng thiền chỉ. Tác phẩm *Thanh Tịnh Đạo Luận* của ngài Phật Âm (*Buddhaghosa*) phát triển và hệ thống thành 40 đề mục thiền chỉ để người thực tập Thiền chỉ chọn lựa và áp dụng thích hợp. Trong Thiền quán, chỉ có 4 đối tượng cần được thực tập: Quán thân thể, quán cảm giác, quán tâm và quán ý niệm trong tâm. 40 đối tượng Thiền chỉ được chia làm các nhóm như sau:

(i) **10 đề mục phổ quát** (*kasiṇa*)

Bao gồm đất, nước, lửa, gió (4 yếu tố phổ biến, 4 đại), xanh, vàng, đỏ, trắng (4 màu căn bản), ánh sáng và hư không.

Những người buồn khổ, chán nản, bi quan, yếm thế, nên chọn màu xanh làm đối tượng thiền chỉ vì màu xanh tượng trưng cho sự hy vọng, lạc quan, làm dịu cái nhìn, làm cho tâm mình trở nên thư thái, thoải mái. Những người quá chậm chạp, mệt mỏi, thiếu nhiệt huyết, thiếu sức sống, nên chọn màu đỏ làm đối tượng thiền chỉ, vì màu đỏ tượng trưng cho sức sống. Những người tâm dễ bị hôn trầm, buồn ngủ, bần thần, chán trường nên lấy ánh sáng làm đối tượng Thiền chỉ. Chỉ cần nhìn mắt vào ánh sáng thì trạng thái bần thần được kết thúc.

Người có tâm quá nhỏ hẹp, ích kỷ, phân biệt đối xử, hãy chọn hư không làm đối tượng Thiền chỉ để tâm được tác động tích cực bởi hình ảnh bao la, vô biên, nhờ đó được thoải mái và bớt chấp dính. Và đây là nhóm thứ nhất gồm có 10 đối tượng phổ biến hay là phổ quát.

Quý vị có thể chọn 1 trong 10 đối tượng nêu trên để giữ tâm mình, nhờ đó tâm không "du lịch" chỗ khác, phan duyên, vướng dính, chấp trước. Thân đâu tâm đó là cốt lõi của thực tập thiền chỉ.

(ii) **10 đề mục tùy niệm** (*anussati*)

Theo dõi hơi thở ra vào với chánh niệm về 1 trong 10 đề mục sau đây: Phật, Pháp, Tăng, đạo đức, bố thí, cõi trời, sự chết, 32 thể trược, hơi thở và sự vắng lặng.

Đức Phật là người khai sáng đạo Phật, đạt được tuệ giác viên mãn, truyền bá chân lý để cứu độ nhân sinh. **Chánh pháp** là nguồn tuệ giác và từ bi được đức Phật giảng dạy trong 49 năm có khả năng giải quyết nỗi khổ niềm đau. **Tăng đoàn** là những vị xuất gia chân chính, hướng dẫn Phật tử tu học đúng chân lý Phật.

Đạo đức có khả năng làm con người thanh tịnh, thoát khỏi các sợ hãi. Bố thí làm cho con người trở nên từ bi, biết quan tâm giúp đỡ nhiều người. **Chư thiên** là con người sống ngoài hành tinh như là kết quả của việc giữ 5 điều đạo đức và thực tập 10 điều thiện.

Sự chết là điểm cuối của quy luật vô thường, biến hoại và tiếp tục tái sinh. **32 thể trược** là những yếu tố cấu thành cơ thể này về bản chất là dơ dáy. **Hơi thở** ra vào giúp con người tồn tại. **Trạng thái tịch tịnh**, vắng lặng là mục tiêu mà việc thực tập nội tĩnh giúp ta đạt được.

Về 10 đối tượng thiền chỉ nêu trên, người nào nặng về tình ái, tình dục thì quán 32 thể trược để tâm nhờm gớm, nhàm chán, viễn ly nhu cầu hưởng thụ của thân. Người keo kiệt, bủn xỉn, bo bo giữ tiền của, không giúp đỡ ai... nên thực tập bố thí trong lúc tu thiền chỉ. Người quá quý trọng và bám víu sự sống thì nên quán tưởng cái chết như đối tượng của thiền chỉ, nhờ đó không còn tham luyến và nô lệ cơ thể này.

Dựa vào bệnh lý của tâm, tâm bị vướng kẹt vào đối tượng nào thì nên chọn đối tượng thiền chỉ thích hợp để giải phóng tâm.

(iii) **10 đề mục về tử thi bất tịnh** (*asubha*)

Trong kinh *Trung Bộ*, đức Phật nêu ra 10 tình huống tử thi: Tử thi mới chết, tử thi bầm tím, tử thi chảy máu, tử thi chảy mủ, tử thi bị đâm, tử thi có giòi, tử thi bị chặt đứt đoạn, tử thi bị cắn xé, tử thi bị rời rạc các lóng xương, đốt xương và tử thi chỉ còn lại tro xương.

Người tu thiền chỉ nên liên tưởng đến 10 tình huống tử thi như trên, để không ỷ lại và không hứa hẹn với mình rằng: "Để ngày mai tôi tu", "Để năm sau tôi quy y" hay "Để vài năm nữa tôi sẽ làm việc thiện"... Cố gắng tận dụng quỹ thời gian hạn hẹp của kiếp người làm được những việc đáng làm, không hứa hẹn, không trì hoãn, không biện hộ, không bỏ lỡ cơ hội.

Thực tập thiền chỉ với 10 đề mục liên

hệ đến tử thi giúp ta tháo mở sự phân biệt chấp dính về con người, sự vật, sự việc, tình huống dễ ưa, dễ thương, dễ mến... Nhờ đó, tâm được tự do và giải phóng tâm mình khỏi các trói buộc và hệ lụy.

(iv) **Bốn đề mục về tâm vô lượng** (*appamaññā*)

Bao gồm giữ chính niệm với tâm từ vô lượng, tâm bi vô lượng, tâm hỷ vô lượng và tâm xả vô lượng. Nhờ thực tập thiền chỉ với 4 tâm vô lượng này, người tu thiền giải phóng được thái độ vô cảm, ích kỷ, lợi ích nhóm (do tu tâm từ và tâm bi); vượt qua được tâm lý căng thẳng, lo lắng, mệt mỏi (do tu tâm hỷ) và rũ bỏ mọi cố chấp, hận thù, oan trái, bám víu, luyến tiếc và khổ đau (do tu tâm xả).

(v) **Quán đề mục "vật thực bất tịnh"**

Quán chiếu thực phẩm vốn là không sạch sẽ để vượt qua tâm tham hưởng thụ trong ăn, uống, mặc, vượt qua các chấp dính về hình thức và thân thể.

(vi) **Phân tích một trong bốn yếu tố phổ quát**

Hành giả có thể tập trung tâm vào việc phân tích một trong bốn yếu tố phổ quát là đất (kiên trì, vững chãi), nước (trôi chảy, không dừng trụ), lửa (thiêu đốt) hay gió (bay đi, không dừng dính).

(vii) **Quán 4 đề mục thiền vô sắc giới**

- "Hư không là vô biên" (*ākāso ananto*): Thực tập tưởng không này làm đối tượng của thiền hư không vô biên xứ (*ākāsānañcāyatana*) nhằm buông bỏ mọi chấp dính về mọi sự vật hiện tượng trong đời.

- "Thức là vô biên" (*viññāṇaṃ anantaṃ*): Thực tập tưởng không này làm đối tượng của thiền thức vô biên xứ (*viññāṇānañcāyatana*) nhằm buông bỏ mọi chấp dính về vô minh, mê tín, dị đoan; khai mở niềm tin về tiềm năng trí tuệ vốn có trong mỗi người.

- "Vô sở hữu" hay "không có gì cả" (*natthi kiñci*): Thực tập tưởng không này làm đối tượng của thiền vô sở hữu xứ (*ākiñcaññāyatana*) nhằm buông bỏ mọi chấp dính về sở hữu.

- "Vắng lặng, vi tế" (*santaṃ, paṇitaṃ*): Thực tập tưởng không này làm đối tượng của thiền phi tưởng phi phi tưởng xứ (*nevasaññānāsaññāyatana*) nhằm trải nghiệm sự thư thái tuyệt đối.

Về cách áp dụng 40 đề mục thiền/ đối tượng thiền (*kammaṭṭhāna*) nêu trên thì điều quan trọng là hành giả phải nhận biết mình đang yếu kém và bị vướng kẹt cái gì, cần áp dụng đúng đề mục thiền, mới có khả năng giúp ta giải phóng chấp thủ và khổ đau.

Ví dụ, người nào hận thù, giận dỗi, ganh tị, hơn thua... nên thực tập thiền từ và thiền bi như đối tượng thiền chỉ. Người nào cố chấp, để ý, để tứ từng lời nói, từng ánh mắt và ứng xử của người khác rồi chấp giữ trong lòng thì nên thực tập "xả" như đối tượng thiền chỉ để buông bỏ. Người nào có gương mặt hình sự, căng thẳng, khó chịu, cau có, quạo quọ... thì nên thực tập "hoan hỷ" như đối tượng thiền chỉ để tươi mát và thoải mái hơn.

Trong phương pháp Thiền chỉ, 40 đối tượng thiền trong kinh điển Pali cần phải được áp dụng đúng người, đúng tình huống thì mới mang lại kết quả của sự thực tập. Ai bị vướng quá nhiều nỗi khổ niềm đau thì có thể chọn vài đối tượng thiền, đề mục thiền, không nhất thiết chỉ giữ trên một đề mục nhất định.

Người thực tập thiền chỉ có thể thay đổi từ đề mục thiền A sang đề mục thiền B.

Trong cùng một giờ thiền tọa, quý vị có thể thực tập 2-3 đề mục thiền khác nhau cùng lúc, nhằm vượt qua các chấp dính trong đời.

3.2. Về thiền tuệ (*vipassanā bhāvanā*)

Để thực tập thiền tuệ có kết quả, các bạn cần nhớ 4 nội dung quán niệm (tứ niệm xứ), được đức Phật dạy: Thân thể, cảm xúc, tâm và ý niệm trong tâm (pháp).

(i) **Quán và làm chủ thân thể** (*Kāyanupassanā satipaṭṭhāna*)

Người tu thiền quán cần tập trung các ý chính sau đây: "*Thân thể này là tổ hợp, thân thể này bất tịnh, thân thể này là vô thường, thân thể này không phải là sở hữu vĩnh hằng của tôi. Do đó, tôi không chấp thân thể này là tôi, là tự ngã của tôi, là sở hữu của tôi. Tôi sử dụng khôn ngoan cơ thể này để phục vụ cho các mục đích cao thượng nhằm tạo ra cuộc sống có hạnh phúc và chất lượng hơn*".

Để làm chủ thân, hành giả cần thực tập chính niệm đối với 14 đối tượng của "thân hành niệm" bao gồm (i) Hơi thở ra vào, (ii) Đi, đứng, ngồi, nằm, (iii) Động tác đi tới trước, đi lui sau, quay phải, quay trái, co tay vào, co chân vào, duỗi tay ra, duỗi chân ra, (iv) 32 thể trược, (v) Đất, nước, lửa, gió,

(vi) Tử thi ở nghĩa địa, (vii) Tử thi bị thú ăn, (viii) Xương dính thịt, (ix) Xương máu thịt rã rời, (x) Bộ xương khô, (xi) Xương rã rời, (xii) Bộ xương trắng, (xiii) Đống xương và (xiv) Xương trắng vụn nát.

(ii) **Quán và làm chủ cảm xúc** (*Vedanānupassanā satipaṭṭhāna*)

Có 9 loại cảm xúc mà người tu thiền cần làm chủ bao gồm: (i) Cảm xúc khổ đau, (ii) cảm xúc hạnh phúc, (iii) cảm xúc không khổ - vui, (iv) cảm xúc khổ đau hợp với ngũ dục, (v) cảm xúc hạnh phúc hợp với ngũ dục, (vi) cảm xúc không khổ - vui hợp với ngũ dục, (vii) cảm giác khổ đau không hợp với ngũ dục, (viii) cảm giác hạnh phúc không hợp với ngũ dục và (ix) cảm xúc không khổ - vui không hợp với ngũ dục.

Để làm chủ cảm xúc, người tu thiền nên nhận diện và vượt qua, nhất là, cảm xúc khổ đau (buồn, tiêu cực), cảm xúc hạnh phúc (vui, tích cực) và cảm xúc trung tính. Làm chủ dòng cảm xúc bằng sự ghi nhận các biểu đạt của cảm xúc, không chạy theo nó, không vướng kẹt vào nó, không cưỡng chế nó, không kháng cự nó; chỉ giữ trạng thái tâm rõ ràng để các cảm xúc tiêu cực bẻn lẻn rời khỏi tâm ta.

(iii) **Quán và làm chủ tâm** (*Cittānupassanā satipaṭṭhāna*)

Khi quán chiếu và làm quán tâm, hành giả cần lưu ý tâm gồm có các đặc tính đối lập: tâm thiện, tâm ác; tâm tích cực, tâm tiêu cực; tâm thánh, tâm phàm; tâm từ bi, tâm sân hận; tâm sáng suốt, tâm si mê; tâm hoan hỷ, tâm giận dữ; tâm độ lượng, tâm tham lam; tâm chuyên chú, tâm tán loạn; tâm quảng đại, tâm nhỏ nhoi; tâm bậc cao, tâm bậc thấp; tâm định, tâm không định; tâm vô hạn, tâm hữu hạn; tâm thánh, tâm phàm; tâm giải thoát, tâm trói buộc...

Nỗ lực tu tập làm chủ tâm từ động cơ đến quyết định để chuyển hóa các hạt giống tiêu cực trong tâm, đồng thời, phát triển các đặc tính tốt nhất của tâm, theo đó, người thực tập trở thành bậc chân nhân, tiệm cận thánh nhân và thánh nhân.

(iv) **Quán và làm chủ ý niệm trong tâm** (*Dhammānupassanā satipaṭṭhāna*)

Khái niệm "pháp" (*dhamma*) trong ngữ cảnh này có nghĩa là "các ý niệm trong tâm" tạo ra sự trói buộc tâm.

Người tu thiền cần thấy rõ các trói buộc của tâm gồm có tham dục (tính dục), sân hận, hôn trầm, thùy miên, dao động (trạo cử), nuối tiếc và hoài nghi ... làm cho tâm bị chìm trong nỗi khổ niềm đau. Cần nỗ lực đúng cách để vượt qua các ý niệm tiêu cực xảy ra trong tâm, bao gồm ý niệm quá khứ, ý niệm tương lai và vọng niệm hiện tại.

Ngoài các trói buộc nêu trên, tâm còn vướng kẹt vào năm thủ uẩn gồm chấp tâm vào thân thể, cảm giác, tri giác, tâm tư, nhận thức.

Tâm còn vướng kẹt vào sáu nội xứ và sáu ngoại xứ. Sáu nội xứ là sáu giác quan gồm mắt, tai, mũi, lưỡi, thân, ý. Sáu ngoại xứ là sáu đối tượng nhận thức gồm hình thái đối với mắt, âm thanh đối với tai, các mùi đối với mũi, các vị đối với lưỡi, vật xúc chạm đối với thân và các thứ hình dung như ký ức và vọng tưởng.

Để đối trị các trở ngại trong tâm nêu trên, người tu thiền cần thực tập:

- ***Tu bảy yếu tố giác ngộ*** gồm chánh niệm, trạch pháp, tinh tấn, hoan hỷ, an tịnh, định tĩnh và hành xả.

- ***Tu tứ đế*** gồm thừa nhận khổ đau, truy tìm nguyên nhân, trải nghiệm niết-bàn, thực hành đường bát chánh.

Trong suốt quá trình tu tập, người tu thiền tuệ phải thấy rất rõ bản chất của mọi sự vật hiện tượng: Mọi sự vật là vô thường, cái gì vô thường cái đó tạo ra nỗi khổ niềm đau. Khi đối diện trước khổ đau do vô thường, người tu tập nên nhận thức rằng: "*Cái này không phải là tôi, cái này không phải là tự ngã của tôi, cái này không phải là sở hữu của tôi*". Nhờ đó, chúng ta có thể ly tâm hóa nỗi khổ niềm đau ra khỏi thân thể và tâm thức của mình.

Bằng cách thức tu tập chính niệm, ta vẫn thản nhiên trước các sự kiện và sự vật vô thường. Nỗi khổ niềm đau ít khi xuất hiện với người làm chủ cảm xúc và ý niệm. Nhờ thực tập vô ngã đối với mọi sự vật, ta sớm vượt qua nỗi đau trước vô thường.

Tóm lại, thiền chỉ gồm có 40 đề mục, trong khi, thiền quán có 4 đề mục là thân thể, cảm giác, tâm và ý niệm trong tâm. Phạm vi và nội dung thực tập của hai loại thiền này là khác nhau nhưng bổ sung cho nhau. Tu thiền chỉ giúp hành giả đạt được Định. Tu thiền quán giúp hành giả phát triển trí tuệ.

4. VỀ CÔNG NĂNG THIỀN

Khi thực tập thiền chỉ, nhiệm vụ quan trọng nhất của hành giả là loại trừ được các trói buộc ở tâm.

Một cách bao quát, có 5 trói buộc tâm (5 triền cái, *nīvaraṇa*). Về từ nguyên, "triền" là trói buộc và "cái" là phủ che, ngăn che. Năm yếu tố tâm lý này trói buộc tâm, phủ che tâm, không giúp tâm đạt được sự giác ngộ. Khi tâm bị 5 trói buộc ngăn che, tiềm năng giác ngộ thành Phật không thể phát huy, theo đó, con người sống trong trạng thái, thói quen và hành xử phàm phu, để từ đó bị chìm ở trong nỗi khổ và niềm đau.

Triển khai rộng, 5 triền cái gồm có 7 yếu tố, mỗi yếu tố là một sợi dây trói buộc tâm, khống chế tâm, phủ trùm tâm, ngăn che tâm, khiến cho con người trở thành kẻ nô lệ cho thói quen phàm.

Tham dục (*kāmacchanda*) là sợi dây trói buộc nguy hiểm nhất, cần vượt qua. "*Kāma*" là các hoạt động tính dục nam nữ và trong hôn nhân. Đây là trở ngại lớn nhất của giải thoát. Người tại gia sống với tình yêu và tính dục cho nên việc thực tập thiền chỉ giúp cho họ hài lòng với người bạn đời hợp pháp, không phóng tâm, không ngoại tình trong tâm tưởng, không ngoại tình thật, với những người không phải là vợ/ chồng hợp pháp.

Nói cách khác, người tu tại gia còn những giới hạn nhất định trong việc giải phóng sợi dây tham dục. Người tại gia độc thân được thuận lợi hơn trong cởi trói tham dục. Người xuất gia vượt qua dục tham dễ hơn người tại gia.

Để vượt qua tâm tham dục, hành giả cần quán vô thường, quán vô ngã đối với cơ thể, quán thân thể bất tịnh, quán 10 giai đoạn tử thi.

Sân hận (*byāpāda*) là sợi dây trói buộc thứ hai, bao gồm giết người, đả thương, khủng bố, ẩu đả, chửi lộn; mâu thuẫn, loại trừ, ganh tị, ghen ghét, tranh chấp, hơn thua, hận thù, không hợp tác, không tùy hỷ, cốc cần đời, v.v… Sân hận có thể thể hiện qua lời nói hay việc làm cụ thể, thậm chí là ý sân, tạo ra sự đổ vỡ, khoảng cách, đau khổ hàng ngày.

Để vượt qua tâm sân hận, người tu tập cần mở tâm từ bi, thực tập tha thứ, quảng đại, bao dung, bỏ qua lỗi lầm của tha nhân.

Hôn trầm và thùy miên (*thīna* và *miha*) là sợi dây trói buộc tâm. Hôn trầm (*thīna*) là trạng thái tâm bần thần, dã dượi, mệt mỏi, không muốn làm gì. Thụy miên (*miha*) là buồn ngủ, ngủ gật, lừ khừ.

Để vượt qua hôn trầm và thùy miên, người tu cần nhìn ánh sáng mặt trời trong 2-3, đổi tư thế thiền tọa sang thiền hành. Nếu do thiếu ngủ và kiệt sức thì nghỉ ngơi để lấy lại sức khỏe.

Trạo – hối (*uhacca* và *kukkucca*) gồm "trạo cử" (*uhacca*) tức sự lăng xăng, dao động của thân và bồn chồn, bất an của tâm và "hối" (*kukkucca*) tức là hối lỗi hoặc nuối tiếc về những chuyện đã qua. Khi tâm rơi vào trạng thái hối tiếc thì con người bị dao động, không yên. Trạo cử phần lớn là dao động thân, thoái máy tay chân, đứng ngồi không yên.

Vừa đi, vừa nói; vừa chạy, vừa nói; đi trong tư thế tay đánh đong đưa, ngồi chéo chân, nằm đặt tay lên trán không thoải mái... thuộc về dao động thân, làm con người không được thoải mái. Dao động của tâm làm cho con người thiếu điềm tĩnh, ray rứt, khó chịu, căng thẳng.

Để vượt qua sự dao động tâm (trạo), người tu tập cần an trú hiện tại, khép lại quá khứ, không rượt đuổi tương lai, vấn nạn xảy ra chỗ nào, giải quyết chỗ đó. Không quan trọng hóa, không cường điệu hóa. Giờ nào việc đó. Không gian nào công việc đó. Không đèo bồng, không ôm đồm. Không bám víu.

Để vượt qua tâm tiếc nuối, người tu thiền tập hài lòng, biết đủ. Thay vì ray rứt lương tâm thì hãy tu chuyển nghiệp, làm mới cuộc đời. Thay vì tiếc thương người, của cải đã mất, hãy tập trung xây dựng hiện tại với phương pháp đúng, nỗ lực đúng.

Hoài nghi (*vicikicchā*) là sợi dây trói buộc tâm vào vô minh. Nghi có trạng thái lưỡng lự, phân vân, do dự, bất quyết, tấn thoái lưỡng nan, chậm quyết định, thiếu dứt khoát, thiếu quyết đoán, dễ thay đổi quan điểm và lập trường.

Để vượt qua tâm nghi hoặc, ta cần học chân lý Phật từ thấp đến cao, mở rộng sự hiểu biết, xóa mê tín, dị đoan. Cần nghiền ngẫm thấu đáo chân lý Phật trong ứng dụng và thực hành để chuyển hóa vô minh.

Mục đích của việc thực tập "thiền chỉ"

là để kết thúc 7 sợi dây trói buộc nêu trên, tức là đặt các gánh nặng trói buộc đó xuống. Nhờ đó, người tu thiền đạt được tâm thư thái hơn, an tĩnh hơn và hạnh phúc.

Đối với người thực tập "thiền quán" thì nhiệm vụ chính là đoạn trừ vô minh, phát triển trí tuệ. Vô minh là kẻ thù trực tiếp của trí tuệ bao gồm sự thiếu hiểu biết về nhân quả, hiểu sai về tái sinh, thiếu hiểu biết về khoa học, tin vào Thượng đế, tin vào thần linh, tin năm tháng ngày giờ tốt xấu, tin phong thủy, tin nhân điện, tin ngoại cảm, tin đồng bóng.

Người thực tập thiền quán sẽ khép lại toàn bộ vô minh và mê tín, dị đoan. Công việc mà người Phật tử cần thực tập là triển trí tuệ do học rộng, nghe nhiều chân lý Phật và áp dụng lời Phật trong cuộc sống.

Người tu Phật cần đọc nhiều bài kinh, nghe nhiều bài kinh và sách nói Phật giáo để mở rộng sự hiểu biết về thế giới, nhân sinh, xã hội. Phát triển trí tuệ bằng cách nghiền ngẫm thấu đáo lời kinh Phật dạy. Cái gì không biết thì hỏi, không nên đoán mò. Không nên đọc kinh với mục đích cầu phúc, kể công với Phật. Đọc kinh là để hiểu thấu lời Phật dạy rồi áp dụng trong đời sống thực tiễn. Các Phật tử cần học Phật pháp bài bản, học từ thấp đến cao, học bao quát đến chuyên sâu. Nhờ đó, trí tuệ sẽ phát triển, khổ đau kết thúc.

5. VỀ LỢI ÍCH VÀ KẾT QUẢ TU THIỀN

(i) **Lợi ích của thiền chỉ**

Trong kinh, đức Phật nêu ra lợi ích đích thực của thực tập Thiền chỉ là vẫy tay chào các ham muốn dục lạc và thể nhập chánh định.

Khi tâm đặt lên trên đối tượng thiền bằng sự "thay thế kênh tâm" hay là "đổi đài tâm" thì lúc đó ta không còn cơ hội nghĩ tưởng đến những thứ khác. Người nặng về ái dục không nên xem các phim "nghèo" và hình ảnh kích dục. Không nghe, xem những loại quảng cáo thiên về tính dục. Không nói chuyện tục. Cần hướng tâm về những đối tượng cao thượng và có giá trị. Khi đặt tâm trên đối tượng thiền chỉ, tâm hướng đến các giá trị tích cực. Lúc đó, năng lượng tính dục sẽ được khắc phục một cách an toàn.

Vì mục đích cao nhất của thiền chỉ là đạt được sự an định của tâm, người thực tập "thiền chỉ" sẽ giải phóng được các căng thẳng, lo lắng, bồn chồn, do dự và nói chung các trạng thái tâm lý tiêu cực.

Thực tập thiền chỉ đúng cách sẽ giúp tăng cường sức khỏe, làm não trở nên thông minh hơn, tim mạch điều hòa hơn, quá trình trao đổi chất diễn ra trong cơ thể tốt hơn, nhờ đó, sức khỏe thể chất được cải thiện, các loại bệnh sẽ được thuyên giảm hoặc đẩy lùi.

Người thực tập thiền chỉ còn trở nên năng động, lạc quan, tích cực, yêu đời. Đó là do đối tượng tâm đặt lên trên là những đề mục thiền có nội dung tích cực. Nhờ thực tập thiền đúng cách, tâm của hành giả không bị bi quan, chán trường, tuyệt vọng, trầm cảm, cảm giác tự tử chi phối.

Thiền có khả năng trị liệu và mang lại năng lượng tích cực. Thiền mang lại sức khỏe thân thể, sức khỏe cảm xúc, sức khỏe thái độ, làm cho người thực tập thoải mái hơn, dễ chịu hơn, hân hoan hơn, lạc quan hơn.

Về oai nghi, tế hạnh, người thực hành thiền chỉ sẽ đạt được chánh niệm trong các tư thế đi, đứng, nằm ngồi, nhờ theo dõi từng cử động như thức, ngủ; co, duỗi; nói, nín; động, tịnh... của bản thân. Tu thiền chỉ giúp ta tránh được các rủi ro trong lao động, không bị tai nạn giao thông, đảm bảo sự an toàn về tánh mạng.

Khi sống, người tu thiền chỉ được thư thái, hạnh phúc. Sau khi qua đời, người thực tập thiền chỉ sẽ sanh về cõi trời, tức làm người ở các hành tinh khác để hưởng quả phúc nhiều hơn.

(ii) **Lợi ích của thiền quán**

Khi thực tập thiền tuệ hay là thiền quán thì kết quả đạt được cao hơn định. Trong kinh Pali, đức Phật khẳng định rằng người thực tập thiền tuệ sẽ đạt được 4 cấp bậc thiền.

Cấp thiền một được gọi là "ly dục sinh hỷ lạc" tức trạng thái tâm an lạc do thoát khỏi tính dục. Trong cấp thiền này, hành giả đạt được cảm giác an lạc, nhẹ nhàng, thư thái, sâu lắng, đồng thời, xa lìa các nghiệp bất thiện qua lời nói, việc làm và tư duy. Ở cấp thiền này vẫn còn "tầm" (*vitakka,* dẫn tâm đến đề mục thiền) và "tứ" (*vicāra,* giữ tâm với đề mục thiền). Tầm là tìm kiếm đề mục thiền, đặt tâm lên trên đề mục thiền. Tứ là giữ trạng thái tâm trên đề mục thiền lâu dài hơn.

Trong 40 đề mục thiền, người có tính

tình nóng nảy, căng thẳng, gấp gáp, vội vã, khó chịu nên chọn đề mục "gió" để an trú tâm và nhẫm như sau: "*Tâm tôi được thoải mái như gió thoảng mây bay. Thái độ của tôi không bị vướng chấp. Ứng xử của tôi cũng giống như gió, không bị vướng kẹt. Tâm tự do như gió, bay đi và mặt khắp 4 phương trời*".

Cấp thiền 2 có tên gọi là "Định sinh hỷ lạc" tức trạng thái an lạc do an trú sâu sắc trong định. Tại đây hành giả vượt qua "tầm" và "tứ". Trong giai đoạn mới tu thiền, ta mượn đề mục thiền để an trú tâm, thay đổi đối tượng nhận thức của tâm. Khi tâm đạt được sự an trú thì trạng thái an lạc xuất hiện do lìa tính dục. Lúc đó, người tu thiền phải buông phương tiện để tâm đạt được trạng thái an lạc tự nhiên hơn, nhẹ nhàng hơn, thoải mái hơn, sâu lắng hơn và bền vững hơn. Tại trạng thái thiền 2 này, hành giả chủ yếu là tập trung vào "định", đạt được nội tĩnh, nhất tâm chuyên sâu; thấy mọi sự vật một cách rõ ràng, giữ được định tĩnh trong mọi tình huống.

Cấp thiền 3 được gọi là "Ly hỷ diệu lạc" tức hạnh phúc sâu lắng do buông trạng thái hỷ lạc ở cấp thiền 1 và thiền 2. Tại đây, hành giả an trụ tâm vào sự buông xả để giữ chánh niệm và tỉnh giác trong tâm. An lạc xuất hiện một cách tự nhiên do ta đã buông bỏ được các đối tượng nhận thức vi tế trong tâm.

Cấp thiền 4 là "xả niệm thanh tịnh", tức buông bỏ các cảm giác hoan hỷ, hạnh phúc đạt được ở 3 cấp thiền trước. Tại đây, hành giả vượt lên trên mọi cảm giác, không bị vướng kẹt trong các phản ứng cảm xúc, bao gồm các cảm xúc nhẹ nhàng, thư lắng ở các cấp thiền thứ nhất, thiền thứ 2 và thiền thứ 3.

Tâm hành giả không giữ lại bất kỳ cảm xúc nào đã từng tiếp nhận. Để mọi thứ trôi qua và không lưu giữ bất kỳ cái gì trong tâm. Buông bỏ tất cả ý niệm, cảm giác, tri giác, tâm tư, nhận thức. Vượt lên tất cả ý niệm. Tâm trở nên thạnh tịnh tuyệt đối như trạng thái chân không. Giống như nước trên thác trút gọn xuống hồ rồi thấm xuống lòng đất, không lưu giữ lại. Chỉ còn lại sự thanh tịnh tuyệt đối.

Ở cấp thiền này, hành giả an trú trong trạng thái không còn ý niệm hóa, tâm tư hóa, thái độ hóa; mọi ý niệm về nhận thức, đánh giá bao gồm diễn dịch,quy nạp, tổng hợp, loại suy... được kết thúc hết. Đó là trạng thái tâm chân không, hoàn toàn vắng lặng, yên tĩnh, thanh tịnh. Buông xả mọi ý niệm nhưng không phải là vật vô tri và vô giác. Tri giác sai lầm sẽ dẫn đến khổ đau. Giữ tâm trong trạng thái vô tri giác, hành giả sẽ rũ bỏ được các đau khổ, sầu bi, căng thẳng một cách nhanh chóng.

Khi đạt được 4 cảnh giới thiền, chỉ cần chuyển tâm về tam minh (ba loại tuệ giác), hành giả sẽ vẫy tay chào kiếp phàm và trở thành bậc Thánh. Nói cách khác, tu thiền quán có thể chứng đắc thánh quả.

Lợi ích quan trọng của thiền quán là giải thoát các trói buộc của tâm, giải phóng nỗi khổ niềm đau, giải phóng khỏi sanh tử và luân hồi. Nhờ tu thiền tuệ, hành giả từ người phàm trở thành chân nhân, từ chân nhân trở thành tiệm cận thánh nhân, từ tiệm cận thánh nhân trở thành thánh nhân, Bồ-tát và thành Phật.

Nói tóm lại, thiền chỉ dẫn đến định và thiền tuệ dẫn đến trí. Nên phối hợp nhịp nhàng việc tu thiền chỉ và thiền quán trong một thời tu. Ví dụ, nếu có 30 phút thực tập thiền thì 10 phút đầu, bạn nên tu thiền chỉ với bất kỳ đề mục thiền nào và 20 phút còn lại tập trung vào thiền quán để phát triển trí tuệ. Khi định và tuệ cùng phát triển một lúc thì việc tu tập được xem là có kết quả tích cực. Do vậy, người tu thiền nên tu cùng lúc thiền chỉ và thiền quán để an lạc và hạnh phúc được mỹ mãn và trọn vẹn hơn.

***

- II -
NĂM LỢI ÍCH CỦA TU THIỀN

NĂM LỢI ÍCH CỦA TU THIỀN[1]

Khi thực tập thiền, các thiền sinh tập trung vào pháp tu, ít khi để ý đến các lợi ích về sức khỏe và những giá trị trị liệu mà người tu thiền có thể đạt được. Bài này giới thiệu khái quát năm lợi ích của tu thiền chỉ và thiền quán bao gồm: (i) Lợi ích về cơ thể, (ii) Lợi ích về cảm xúc, (iii) Lợi ích về tâm, (iv) Lợi ích về quan hệ xã hội, (v) Lợi ích về giải thoát và tu chứng.

1. CÁC YÊU CẦU CĂN BẢN CỦA TU THIỀN

1.1. Không gian tu thiền

Tại nhà, các bạn chọn phòng có không khí thoáng mát để ngồi thiền. Đừng nên thắp hương vì hương làm bằng mạt cưa và hóa chất, có hại cho sức khỏe tim và phổi. Ngoài trời, quý vị có thể ngồi dưới gốc cây có bóng mát, hoặc trong một khu rừng vắng vẻ để thực tập thiền. Các bạn có thể đến chùa ngồi trên điện Phật với không gian trang nghiêm, tĩnh lặng.

---

1. Pháp thoại giảng tại chùa Phước Huệ, Washington State, Hoa Kỳ, ngày 01-07-2017, do Subin phiên tả và Sa-di Ngộ Trí Viên hiệu đính phiên tả.

1.2. Tư thế thiền

Các bạn có thể chọn một trong hai tư thế thiền: Thiền tọa hoặc thiền hành. Thiền hành là thực tập thiền trong tư thế đi. Các bạn theo dõi từng bước chân đi nhẹ nhàng, thư thái, thoải mái, thảnh thơi và vững chãi trên mặt đất. Đi không phải đạt đến mục đích đến mà đi để trải nghiệm những phút giây mầu nhiệm trong cuộc sống. Khi thiền hành, các bạn nên buông quá khứ, buông tương lai, tập trung vào hiện tại, làm chủ sự vận động của toàn thân gồm co, duỗi, động, tịnh.

Thiền ngồi có bốn tư thế. Tùy theo điều kiện sức khỏe và tuổi tác, các bạn có thể chọn lựa một trong bốn tư thế sau đây:

(i) Tư thế "hoa sen trọn phần" còn gọi là "ngồi kiết già". Hai lòng bàn chân ngửa lên trên đùi. Lòng bàn chân phải đặt trên đùi trái, lòng bàn chân trái đặt trên đùi phải. Đây là tư thế ngồi thiền khó nhất nhưng tập dần sẽ quen.

(ii) Tư thế "hoa sen phân nửa": Lòng bàn chân phải đặt lên trên đùi trái và lòng bàn chân trái nằm dưới đùi phải, hoặc ngược lại.

(iii) Tư thế ngồi xếp bằng: Hai lòng bàn

chân giao nhau ở mắt cá. Đây là tư thế ngồi thông dụng đối với người mới tu thiền.

(iv) Tư thế ngồi trên ghế dựa: Người lớn tuổi, người bị đau nhức xương khớp, thoát vị đĩa đệm, viêm đa khớp, dễ bị tê, đau, nhức mỏi có thể ngồi ghế có lưng tựa. Chân để chạm mặt đât. Lưng tựa vào thành ghế. Đầu, cổ, lưng tạo thành đường thẳng như bức tường thẳng. Các cơ bắp thoải mái, không gắng gượng, không cứng nhắc.

Các bạn không nên ép buộc mình trong tư thế "hoa sen trọn phần" nếu chưa quen và cơ thể luôn bị đau nhức. Người bị bệnh, người làm việc văn phòng, người làm nghề may, người làm móng tay và các nghề do ngồi, đứng quá nhiều… không cần thiết phải ngồi trong tư thế hoa sen trọn phần hay hoa sen bán phần. Vì khi ấy, các bạn phải đối phó với cảm giác đau, tê, nhức thì khó đạt được chính niệm, tỉnh thức, an định trong thiền.

1.3. Làm chủ hơi thở chính niệm

Thực tập thiền bắt đầu bằng hơi thở chánh niệm. Các bạn theo dõi hơi thở ra, hơi thở vào, hơi thở dài, hơi thở ngắn. Cứ mỗi động tác hít thở ra vào, dài ngắn, các bạn đếm số 1, 2, 3 đến số 18 thì đếm đảo ngược lại từ 18, 17, 16, 15, 14... 3, 2, 1. Cứ như thế, các bạn theo dõi hơi thở chánh niệm.

Khi hơi thở đi vào cơ thể, các bạn cảm nhận "sự phình lên" ở những vị trí hơi thở đi ngang qua. Chỗ nào hơi thở đi ra, các bạn cảm nhận "sự xẹp xuống."

Theo dõi hơi thở, làm chủ hơi thở, đếm từng động tác thở, ghi nhận rõ ràng hơi thở ra và vào, ngắn và dài. Đó là thở chính niệm. Cách thở chánh niệm giúp các bạn rũ bỏ được những căng thẳng, neuron thần kinh được làm mới, máu được tươi nhuận, quá trình trao đổi chất được kích thích tốt cho sức khỏe.

Khi bé trẻ thơ hít thở trong lúc ngủ, nếu quan sát, các bạn sẽ thấy cơ thể của các cháu từ vị trí bụng, ngực, đan điền phình lên, xẹp xuống... Hồi nhỏ, chúng ta đã từng thở như thế. Khi lớn lên, do vì căng thẳng, lo lắng, sầu, bi, ưu, não, ta có khuynh hướng quên dần sự thở "phình" và thở "xẹp" đó nên sức khỏe người lớn không tốt bằng trẻ thơ, do thở không trọn vẹn. Trong lúc ngồi thiền hay thiền hành các bạn hãy cố gắng giữ hơi thở ra - vào, dài - ngắn, phình - xẹp. Cách thở chánh niệm rất tốt cho sức khỏe.

1.4. Sự tập trung của tâm

Khi ngồi thiền, các bạn hãy ngồi thẳng lưng. Hai mắt không nhìn qua bên trái, không để ý bên phải, không nhìn trừng trừng phía trước. Tốt nhất, các bạn khép mắt lại khoảng 90%, vừa thư giãn mắt và hệ thần kinh, vừa không bị buồn ngủ. Mở mắt khi ngồi thiền làm bạn phân tâm bởi sự nhìn thấy và phan duyên những sự vật xung quanh.

Để thư giãn giác quan và tâm ý, các bạn nên tắt hết ánh sáng ở nơi ngồi thiền. Tắt ánh sáng làm cho bạn cảm thấy thư thái, thoải mái hơn. Các bạn để ý ở chóp mũi, mắt mở 10% nhìn xuống chóp mũi. Kinh điển Pali gọi đó là "đặt chính niệm trước mặt", thực ra trước chóp mũi. Lúc đó, tâm được lắng dịu và tập trung vào các đề mục thiền chỉ hoặc thiền quán dễ dàng hơn.

Mỗi đề mục thiền được gọi là "đối tượng thiền" (*kammaṭṭhāna*). Đối tượng thiền là tiêu điểm giúp các bạn tập trung và an trú tâm vào, nhờ vậy, vào thời khắc đó, trong không gian đó, tâm không du lịch khỏi thân, tâm không bám víu vào sự vật A, B, C, tâm trở nên như nhất, tạo ra trạng thái thong dong, tự tại, thoải mái và thảnh thơi.

2. PHƯƠNG PHÁP THIỀN CHÍNH YẾU

Về phân loại, có hai trường phái thiền chính: Thiền của Phật là thiền chỉ và thiền quán và thiền tổ sư là thiền thoại đầu, thiền công án.

2.1. Thiền tổ sư

Còn được gọi là "thiền công án" hay "thiền thoại đầu" do các vị tổ sư thiền của Trung Quốc sáng tác, dựa vào tinh thần của Phật giáo Đại thừa. Thiền tổ sư mượn công án hay thoại đầu để giữ tâm hành giả trong chánh niệm.

Thoại đầu là "câu nói chưa có sự can thiệp của ý thức" nhị nguyên. Khi câu thoại đầu được sử dụng quen thuộc đến độ trở thành điển tích thiền giữa một vị thiền sư và một vị thiền sinh thì lúc đó nó trở thành là "công án thiền". Các thoại đầu quen thuộc gồm có: (i) "Trước khi cha mẹ của ta chưa được sinh ra đời, bản lai diện mục thật của ta là gì?" (ii) "Muôn pháp quay về một, một quay về chỗ nào?" v.v...

Dựa vào công án và thoại đầu, hành giả tiến hành tham chiếu thiền, không nhằm mục đích tìm ra giải pháp cho những câu hỏi đặt ra. Mục đích của "tham thiền" là biến công án và thoại đầu trở thành đề mục thiền chỉ, nhằm dừng lắng tâm lại, làm chủ cảm xúc, thái độ, tâm tư và nhận thức.

2.2. Thiền của đức Phật

Còn được gọi là Thiền Như Lai, có hai loại là thiền chỉ (*samatha bhāvanā*) và thiền quán (*vipassanā bhāvanā*). Tu "thiền chỉ" để đạt định. Tu "thiền quán" để phát triển trí tuệ. Thiền chỉ bổ trợ cho thiền quán. Tu thiền chỉ và thiền quán cùng lúc giúp hành giả đạt được định và tuệ.

2.2.1. Thiền chỉ (*samatha bhāvanā*)

Có 40 đề mục thiền, chia làm 7 nhóm chính.

(i) **Mười đề mục bao quát** (*kasiṇa*) gồm đất, nước, lửa, gió, xanh, vàng, đỏ, trắng, ánh sáng và hư không.

(ii) **Mười đề mục tùy niệm** (*anussati*) gồm niệm Phật, Pháp, Tăng, đạo đức, bố thí, cõi trời, sự chết, 32 thể trược, hơi thở và sự vắng lặng.

(iii) **Mười đề mục bất tịnh** (*asubha*) của tử thi gồm: Tử thi mới chết, tử thi bầm tím, tử thi chảy máu, tử thi chảy mũ, tử thi bị đâm, tử thi có giòi, tử thi bị chặt đứt đoạn, tử thi bị cắn xé, tử thi bị rời rạc các lóng xương, đốt xương và tử thi chỉ còn lại tro xương.

(iv) **Bốn đề mục về tâm vô lượng** (*appamaññā*) gồm tâm từ, tâm bi, tâm hỷ và tâm xả vô lượng.

(v) **Quán vật thực bất tịnh.**

(vi) **Đề mục phân tích tứ đại** (đất, nước, lửa, gió).

(vii) **Bốn đề mục về thiền vô sắc** gồm thiền thức vô biên xứ, thiền vô sở hữu xứ, thiền vô sở hữu xứ và thiền phi tưởng phi phi tưởng xứ.

"Thiền chỉ" giúp tâm an trú trên đề mục thiền, thân đâu tâm đó, chính niệm như nhất để đạt được định. "Thiền chỉ" là cơ sở giúp hành giả đi từ định sang tuệ để hoàn thiện tuệ giác.

2.2.2. "*Thiền quán*" (*Vipassanā bhāvanā*)

Phương pháp thiền quán được đức Phật dạy trong kinh *Tứ niệm xứ* thuộc kinh *Trung bộ* và kinh *Đại niệm xứ* thuộc kinh *Trường bộ* gồm có bốn chủ đề:

(i) **Quán thân để làm chủ thân** (*Kāyanupassanā satipaṭṭhāna*)

Quán thân bao gồm theo dõi hơi thở ra vào, làm chủ các động tác đi, đứng, nằm, ngồi, nói, nín, động, tịnh, thức và ngủ. Nhờ quán thân, ta tránh được các tai nạn giao thông, tai nạn lao động, làm chủ thân.

Quán thân để thấy thân này là một tổ hợp tâm - vật lý. Thân được cấu tạo bởi 32 thể trược. Thân là bất tịnh. Thân bị vô thường. Thân không phải là sở hữu của ta vĩnh hằng. Không nên xem thân là Thượng đế, đồng thời, tránh thái độ xem thân là kẻ thù và nguồn gốc của tội lỗi. Hiểu thân là công cu như chiếc xe đưa ta đi trong hành trình cuộc sống một cách có giá trị và hạnh phúc.

(ii) **Quán và làm chủ cảm xúc** (*Vedanānupassanā satipaṭṭhāna*)

Cảm xúc có 5 loại chính là cảm xúc khổ đau, lo lắng, hạnh phúc, hoan hỷ và thản nhiên. Đối với con người, sự vật, sự việc, tình huống yêu thích, con người thường khởi lên cảm xúc hài lòng, hoan hỷ, hạnh phúc. Cảm xúc khổ đau sẽ xuất hiện, khi ta tiếp xúc với con người, sự vật, sự việc, tình huống không ưng ý, không hài lòng, không trông đợi. Đây là hai loại cảm xúc thông thường nhất.

Nếu cảm xúc hạnh phúc dẫn đến tham ái thì cảm xúc không hạnh phúc dẫn đến sân hận. Cũng có cảm xúc trung tính. Khi chưa thể hiện khuynh hướng vui hay buồn, lựng khựng chính giữa, cảm xúc đó thuộc phản ứng của tâm si.

Khi thực tập làm chủ cảm xúc thì hành giả không chạy theo phản ứng tham ái, giận dữ và si mê. Khi các giác quan tiếp xúc với đối tượng của chúng, các bạn chỉ nên dừng lại ở trạng thái: "*Cái thấy chỉ đơn thuần là sự thấy, cái nghe chỉ đơn thuần là sự nghe, cái ngửi, cái biết chỉ đơn thuần là sự ngửi, sự biết*"; không phán đoán, không can thiệp chủ quan, không dán nhãn, đặt tên lên con người, sự vật, sự viện và hiện tượng.

(iii) **Quán và làm chủ tâm** (*Cittānupassanā satipaṭṭhāna*)

Tâm có các cặp phạm trù đối lập gồm tâm phàm, tâm thánh; tâm tiêu cực, tâm tích cực; tâm ác, tâm thiện; tâm giãi đãi, tâm tinh tấn; tâm hoan hỷ, tâm giận dữ; tâm hận thù, tâm từ bi; tâm cố chấp, tâm giải phóng; tâm nhỏ hẹp, tâm rộng lượng....

Quán tâm là để chuyển hóa các hạt giống tiêu cực trong kho tàng tâm, đồng thời lưu giữ và phát triển các hạt tích cực trong kho tàng tâm, nhờ đó, người tu tập trở thành chân nhân, tiệm cận thánh nhân, thánh nhân, Bồ-tát và Phật.

(iv) **Quán và làm chủ pháp** (*Dhammānupassanā satipaṭṭhāna*)

Trong pháp tu "thiền quán", khái niệm "pháp" gồm có pháp thế gian và pháp xuất thế gian. Pháp thế gian gồm 5 trói buộc tâm, 5 thủ uẩn, 6 giác quan và 6 đối tượng giác quan. Pháp xuất thế gian gồm có 7 yếu tố giác ngộ và 4 chân lý thánh.

Các sợi dây trói buộc của tâm bao gồm tham ái, sân hận, hoài nghi, hôn trầm - thùy miên, dao động - hối hận.

Năm thủ uẩn bao gồm thân thể, cảm giác, tri giác, tâm tư và nhận thức vốn không phải là tôi, là tự ngã của tôi, là sở hữu của tôi.

Sáu giác quan gồm mắt, tai, mũi, lưỡi, thân và ý. Sáu đối tượng giác quan gồm hình thù, âm thanh, mùi, vị, vật xúc chạm và ý niệm được hình dung.

Mục tiêu của tu thiền quán là nhằm cởi trói tâm khỏi các trói buộc, không chấp ngã và ngã sở hữu và không vướng kẹt vào giác quan và đối tượng nhận thức của chúng để thể đạt thong dong, tự do và hạnh phúc.

(v) **Thiền từ bi** (*metta bhavana*)

Ngoài bốn đối tượng thiền quán nêu trên, đức Phật còn dạy thực tập thiền từ bi trước khi đi ngủ. Các bạn nằm ngửa trong tư thế thoải mái, hai tay xuôi theo thân, hít thở ra và vào thật sâu, liên tưởng rằng từ 84.000 lỗ chân lông và hàng triệu tế bào trên cơ thể, tôi làm cho năng lượng từ bi tỏa chiếu, phủ trùm lên ông bà, cha mẹ, vợ chồng, con cái, anh chị em, bà con, bạn bè, người xóm giềng, người dưng, kẻ oan trái và kẻ thù.

Tương tự, các bạn liên tưởng rằng năng lượng từ bi từ cơ thể bạn đang tỏa chiếu và phủ trùm đến các loài động vật gồm loài côn trùng vi tế, loài bò sát, loài dưới nước, loài có cánh bay và loài bốn chân.

Đồng thời, các bạn liên tưởng nguồn năng lượng từ bi này đang tỏa chiếu và phủ trùm đến tất cả cỏ, cây, trời, mây, non, nước và khắp vũ trụ bao la này.

Bằng cách thực tập thiền từ bi, theo dõi hơi thở với nguồn năng lượng tích cực, các bạn nhanh chóng có giấc ngủ an lành, sáng mơi thức dậy, tâm được sảng khoái, theo đó, các bạn có cuộc sống thư thái và bình yên.

3. THIỀN TĂNG CƯỜNG SỨC KHỎE THỂ CHẤT

Về phương diện thân thể, người tu thiền chỉ hay thiền tuệ có hệ thống miễn nhiễm và kháng thể khỏe, tốt. Với hệ thống kháng thể tốt, nguồn năng lượng này giúp ta loại trừ những đột nhập của các loại bệnh tật từ bên ngoài. Nhờ đó, con người khỏe mạnh, thích ứng sự đổi thay của thời tiết, không bị cảm cúm, không sổ mũi, không bị các bệnh sơ cứu.

Người thực tập thiền có năng lượng tích cực, sức sống tràn đầy, tinh thần sảng khoái, thái độ lạc quan, cơ thể khỏe mạnh, làm việc dẻo dai và mang lại hiệu quả và hiệu suất công việc cao.

Người tu thiền giảm được bệnh huyết áp. Khi hít thở sâu sắc, nhẹ nhàng, bạn có nhịp tim ổn định. Mỗi động tác thở ra và hít vào khoảng 5-8 giây, có khả năng làm giảm sự căng thẳng trên não, nhờ đó, huyết áp sẽ thấp xuống, làm cho người tu thiền cảm thấy thoải mái cõi lòng.

Người tu thiền có thể không chế bệnh tim, làm nhịp tim được điều đặn, máu huyết khai thông, máu được tươi nhuận và tuần hoàn tốt, tránh được tình trạng đau tim (*heart attack*).

Về bộ não, người tu thiền giảm cơn đau co thắt trên não, cơn đau co thắt toàn thân. Tu thiền như liều thuốc giảm đau, liều thuốc an thần tự nhiên, không có những tác dụng phụ. Sức chịu đựng của người tu thiền sẽ cao hơn, do cơ thể khỏe hơn. Người tu thiền giảm được các cơn đau co thắt trong não bộ. Não của người tu thiền có chứa chất an vui, hạnh phúc, bình an, theo đó, làm giảm đi các cảm giác đau nhức trên cơ thể.

Sau khi ăn cơm, các bạn nên đi thiền hành khoảng 15-20 phút, không cần niệm Phật trong lúc thiền hành, chỉ cần đi thư thái, đi thoải mái, trải nghiệm thảnh thơi thôi nó. Lợi ích của thiền hành đối với cơ thể là rất lớn. Người thực tập "thiền hành" và "thiền tuệ" sẽ giảm được những cơn đau, viêm đa khớp, giúp các bạn thoải mái cơ thể.

Trước khi thực tập thiền, các bạn nên xoa bóp toàn thân. Sau khi thực tập thiền xong, các bạn dùng hai lòng bàn tay xoa vào nhau thật mạnh rồi áp lên trên mắt, xoa vùng mặt, đan xen mười ngón tay đặt sau gáy, kéo qua phải – trái với lực ma sát thật mạnh ở vùng cổ. Sau đó, các bạn dùng hai lòng bàn tay ra sau lưng, xoa vùng eo lưng 2-3 phút, làm thận được ấm, khỏe, tốt. Các xoa bóp này giúp các bạn thoải mái và không bị thoái hóa xương khớp cổ, thoát vị đĩa đệm, đau nhức bả vai và đau khớp tay.

Người thực tập thiền có khả năng giảm thiểu các cơn nghiện như nghiện hút thuốc, nghiện ma túy, nghiện cờ bạc, nghiện rượu bia, nghiện game điện tử, nghiện phim ảnh, nghiện nghe nhạc, nghiện xem tin tức... bằng sự thay thế các giá trị an lạc từ tu thiền. Để hỗ trợ thêm, khi cơn nghiện trỗi dậy, các bạn vào phòng xông hơi khoảng 10-15, làm toàn thân toát mồ hôi, khiến cơn nghiện giảm xuống, nhờ đó, tinh thần thấy thoải mái.

Tu thiền giúp bạn có giấc ngủ nhanh chóng, sâu sắc và an lành. Khi áp dụng thiền từ bi (*metta bhavana*) trước lúc ngủ, các bạn liên tưởng hận thù, oan trái, oán kết, nội kết giữa các bạn và người khác như ngục tù bị phá vỡ, như tường vách bị sụp đổ, như cánh cửa mở tung ra, như ổ khóa được mở ra, như sợi dây xích bị chặt đứt từng mắt xích một. Liên tưởng đến hình ảnh tích cực đó giúp bạn tin rằng các hận thù, oan trái, oán kết giữa bạn và người khác đó sớm được kết thúc.

Để hỗ trợ giấc ngủ nhanh và ngon, trước khi ngủ, các bạn rọi đèn tia hồng ngoại 500W vào gáy cổ 10-15 phút. Nhờ tác động của nhiệt ở vùng cổ, giấc ngủ của các bạn sẽ không bị mộng mị. Khi nằm ngủ, nhớ không nằm gối cao, gối cứng, không nằm sấp, không nằm nghiêng bên trái, không để tay lên ngực, không để tay lên bụng, hai tay duỗi theo cơ thể, hít thở sâu sắc. Đồng thời, các bạn quán năng lượng từ bi đang tỏa ra, phóng tán ra, mở rộng ra, phủ trùm con người, động vật, thực vật và vũ trụ này không có ngần mé, không có giới hạn, nhờ đó, các bạn có giấc ngủ nhanh chóng và an lành.

Những lợi ích của thiền về phương diện sức khỏe cơ thể còn nhiều nữa. Nói chung, thiền giúp ta cải thiện sức khỏe, tăng chất lượng hạnh phúc và sống thọ hơn.

Có người đặt câu hỏi "*Tại sao hiện nay, có một số thiền sư bị bệnh nặng hơn người không tu, người thì ngồi xe lăn, người bị bán thân bất toại, người bị thần kinh thực vật và người mất khả năng nói?*"

Theo nghiên cứu của tôi, những bệnh lý

này là do gen di truyền quyết định. Những vị tu thiền đó lẽ ra có thể bị bệnh này sớm hơn 5-10 năm, hoặc bị bệnh nặng hơn, nhưng nhờ tu thiền, các thiền sư bị các chứng bệnh nan y chậm hơn người khác, nhẹ hơn người khác, thoát được cái chết.

Người tu thiền có thể trì hoãn và kéo dài thêm mạng sống. Nếu không có các gien xấu, các thiền sư đã có thể sống khỏe hơn, tuổi thọ hơn, làm lợi ích cho đời nhiều hơn và đến tuổi già vẫn có thể làm Phật sự. Nhờ tu thiền, làm chủ cảm xúc, các chứng bệnh nan y được giảm đi 20-30% so với những người không có tu tập. Do vậy, không nên nhìn bệnh tật mà phê phán người tu thiền.

Để tăng cường sức khỏe thể chất, chúng ta phải sống trung đạo, làm chủ ăn uống, làm chủ thói quen, nghỉ ngơi thích hợp, làm việc vừa phải và làm chủ tâm ý. Tu thiền chỉ và thiền quán giúp tăng cường sức khỏe 20- 30%, chứ không thể thay đổi gien bệnh tật trọn vẹn 100% được. Đó là những lợi ích thể chất mà người tu thiền nên biết để tu tập tinh tấn và hiệu quả hơn, mang lại lợi ích cho bản thân và góp phần cải thiện hạnh phúc gia đình và xã hội.

4. THIỀN TĂNG CƯỜNG SỨC KHỎE CẢM XÚC

Như đã nói, thiền tứ niệm xứ còn gọi là "thiền tuệ". Một trong bốn trụ cột của "thiền tuệ" là làm chủ phản ứng cảm xúc. Chị em phụ nữ thiên nặng và chấp cảm xúc nhiều hơn đàn ông. Phụ nữ sống với cảm xúc, vui và khổ với cảm xúc, ám ảnh bởi cảm xúc và làm cho họ trở nên "ba chìm, bảy nổi, tám lênh đênh". Đàn ông ít vướng kẹt cảm xúc và ít chấp cảm xúc hơn, do vậy, trở nên xuề xòa, khô khan, cứng rắn, bản lĩnh và lý trí.

Khi thực tập thiền chỉ và thiền quán, hoặc thiền ngồi và thiền hành, trước nhất, các bạn giảm được sự lo lắng và sợ hãi. Người tu thiền sẽ không lo sợ vì đang an trú vào giây phút hiện tại về thời gian và an trú tại đây về không gian.

Người tu thiền không lo lắng về chuyện quá khứ vì chúng không còn nữa, không sợ hãi về chuyện tương lai vì chưa xảy ra, không quan tâm những gì phi nhân quả. Người tu thiền chỉ trải nghiệm an lạc và thảnh thơi, bây giờ và tại đây thôi. Người tu thiền biết buông bỏ nỗi khổ, niềm đau, bất hạnh và những thứ không có giá trị. Nhờ đó, người tu thiền sẽ sống sâu sắc hơn, bản lĩnh hơn, kiên trì tích cực hơn và dĩ nhiên, hạnh phúc và thản nhiên hơn.

Người tu thiền có thể giảm stress và các hình thức căng thẳng. Stress là căng thẳng khi ta đối diện với quá nhiều áp lực trong cuộc sống bao gồm áp lực công việc, áp dục học hành, áp lực thất nghiệp, áp lực giao tiếp…

Có những áp lực do ta tự đặt ra quá nhiều tiêu chí mà nhón chân, với tay cũng không đạt được. Có những áp lực do người thân quá kỳ vọng vào thành tích cao mà bạn không thể đạt được. Có những áp lực do sếp bạn, người quản lý bạn, bạn đời bạn tạo ra. Có những áp lực do bạn bị thất bại liên miên, bị ruồng bỏ trong tình yêu, bị khủng hoảng tài chính, bị chà đạp nhân phẩm, bị lợi dụng, bị ruồng bỏ, bị hàm oan và bị chơi xấu…

Sống và làm việc chung với những người thích đặt ra tiêu chí về bạn sẽ làm bạn trở nên mệt mỏi và căng thẳng. Người thực tập thiền nhờ hít thở ra - vào thật sâu, hít thở nhẹ nhàng, hít thở thư thái nên neuron thần kinh được kích thích, tinh thần được sảng khoái, thái độ trở nên lạc quan, năng lượng tích cực tràn đầy.

Khi quá căng thẳng và mệt mỏi, các bạn tập lắng nghe phản ứng của cơ thể, đừng xem thường. Thân mệt quá thì ta phải nghỉ ngơi để lấy lại sức, hoặc giải trí tích cực để giảm stress. Giải trí tốt nhất là đi thiền hành. Các bạn chỉ cần đi nhẹ nhàng, thư thái, thoải mái, không suy nghĩ gì hết. Chỉ theo dõi các động tác của thân, song song với việc làm chủ hơi thở ra vào.

Khi thiền tọa, các bạn liên tưởng: "*Tôi là khúc cây. Tôi là mây bay. Tôi là nước chảy. Tôi là thác đổ. Tôi là dòng sông. Tôi là không gian bao la*" để ngưng các hoạt động ý thức gồm cảm giác, tri giác, tâm tư, nhận thức. Ý thức của bạn được thư giãn tuyệt đối. Nhờ đó, hoạt động trí não của bạn tạm ngưng lại hoặc giảm thiểu tối đa. Các căng thẳng trên bộ não theo đó được khép lại.

Người thực tập thiền sẽ vượt qua được cảm giác cô đơn, trống vắng, thất vọng, tuyệt vọng, cảm giác tự tử. Cô đơn sẽ dẫn đến thất vọng. thất vọng dẫn đến trầm cảm. Trầm cảm dẫn đến cảm giác muốn tự tử. Người bị bệnh trầm cảm sẽ không muốn nói, ngại giao tế, không thích tiếp xúc, buông bỏ nghề nghiệp và công việc, chối bỏ trách nhiệm, thờ ơ với mọi thứ, tự nhốt mình trong căn phòng/ nhà, thường nằm và ngủ ban ngày, biếng ăn uống, hoặc chìm đắm trong tivi, internet, game điện tử. Trầm cảm dẫn đến bệnh béo phì, rối loạn hoang tưởng, lúc nào cũng cảm thấy sợ hãi, lo lắng, sầu bi, ưu não và nhiều phản ứng tiêu cực khác.

Người tu thiền, nhất là thiền hành, có cơ hội tương tác và hài hòa với thiên nhiên, với cây xanh, không khí trong lành, không gian bao la và sự an lành của cuộc sống. Nhờ tu thiền, bạn sẽ rũ bỏ được cảm giác buồn chán, cô đơn. Bạn sẽ thấy cuộc đời đáng sống hơn, bạn trở nên năng động, lạc quan, tích cực, yêu đời và sống có giá trị hơn. Mỗi động tác hít thở ra và vào, bạn như đang sống và tiếp xúc với sự mầu nhiệm bình dị.

Người tu thiền vượt qua tâm lý cường điệu, không quan trọng hóa vấn đề, không than vãn trước những khó khăn, không bỏ cuộc nửa chừng khi gặp trở ngại, không đổ lỗi, nỗ lực tìm kiếm các giải pháp tích cực để vượt qua trở ngại và hướng đến thành công.

Về tâm lý, người tu thiền nâng cao tính tự tin, lòng tự trọng, biết khai thác tiềm năng đang có, không bỏ quên hiện thực, không xem thường báu vật trong tay. Người tu thiền trở nên điềm tĩnh, sâu lắng, bản lĩnh hơn trước các nghịch cảnh đang diễn ra. Người tu thiền, nhờ chuyển hóa cảm xúc, không nói lỗi lầm người khác, không châm biếm, không chỉ trích, không chì chiết, không nặng nhẹ, không vu cáo, không xuyên tạc, không cường điệu; làm chủ từng lời nói, cử chỉ, việc làm trong tương quan giao tế giữa họ và mọi người xung quanh.

Người tu thiền sẽ hoan hỷ và chấp nhận mọi thứ đang diễn ra với thái độ hài lòng và tâm biết đủ. Sau khi nỗ lực với nhân như vậy, duyên như vậy, hoàn cảnh như vậy, phương pháp như vậy, động cơ như vậy... thì kết quả diễn ra phải là như vậy. Thay vì tự trách móc và than vãn mình là nạn nhân của khổ đau thì người tu thiền hài lòng với kết quả có được, sau khi đã nỗ lực có phương pháp nên không đặt mình vào tình huống khó khăn.

Người tu thiền có thân thư giãn và tâm thư thái, nhận thức rõ ràng về mọi sự vật đang diễn ra xung quanh mình. Có mặt trong thực tại, người tu thiền không can thiệp ý thức chủ quan, không phán đoán chủ quan, không phê bình, chỉ trích, không nói xấu người khác, do vậy, trở nên điềm tĩnh, sâu sắc, thản nhiên nhưng đồng thời rất lạc quan, năng động và nỗ lực làm các việc tích cực cho đời.

Về động cơ, người tu thiền có thái độ tích cực, cảm xúc tích cực, thông minh tích cực, nhạy bén và năng động. Người tu thiền sẽ trở thành người chủ động làm các điều cần làm, mang lại những giá trị cần có trong cuộc đời.

Về phương diện cảm xúc, người tu "thiền chỉ" và "thiền quán" có những đổi rất tích cực, cải thiện các mối quan hệ với con người, thiên nhiên và sự vật. Người tu thiền làm chủ phản ứng cảm xúc, thể hiện cảm xúc tích cực như hân hoan, thư thái, tha thứ, không hận thù, bao dung, quảng đại, vô ngã và vị tha. Những người gần gũi có thể cảm nhận được những thay đổi tích cực ở người tu thiền, khi có cơ hội tiếp xúc và tương tác với.

Có thể lấy thước đo về sự tiến bộ trong tu thiền qua quan hệ giao tế. Trước đây, chưa tu thiền, hễ ai nói thị phi chút xíu là bạn phiền não, cảm thấy bị xúc phạm, căng thẳng, mệt mỏi, thậm chí bỏ ăn, mất ngủ. Từ khi tu "thiền quán", bạn sẽ nhận ra rằng thị phi, phê bình, chỉ trích, nói xấu, xuyên tạc của người khác đối với bạn là một hiện tượng xã hội phổ quát như bao nhiêu hiện tượng khác, rồi phải đến lúc kết thúc.

Không có người hoàn toàn bị chê. Không có người hoàn toàn được khen. Khen và chê là thói đời thôi. Thay vì, quan trọng hóa những điều tiêu cực, bạn sẽ bị khổ đau tấn công. Nhờ tu "thiền quán và làm chủ cảm xúc", bạn sẽ phản ứng nhẹ nhàng: "*Ô hay! Thế à! Rồi mọi thứ sẽ trôi qua thôi. Không nên bận tâm về lời nói xấu, chỉ trích... của người khác. Ta vẫn là ta. Nếu ta tốt, lời nói xấu không làm cho ta trở nên người xấu. Ta phải trở nên vô nhiễm trước động cơ xấu, lời nói xấu và hành động xấu của người khác*".

Nếu bị vu khống, xuyên tạc, gây thương tổn quyền lợi hợp pháp của bạn, bạn có thể nhờ luật sư tìm lại công bằng xã hội cho bạn. Nên nhớ, khi làm việc đó, các bạn không nên khởi lên tâm hận thù, tâm trả thù. Chỉ đơn giản, các bạn chỉ muốn công bằng và không kẻ xấu nào tiếp tục lợi dụng vào các xuyên tạc, vu khống làm hãm hại những người vô tội.

Nói chung, trong cảnh nghịch, cảm xúc của người tu thiền không bị bấn loạn bởi sợ hãi, căng thẳng, lo lắng, sầu bi, ưu não, phiền muộn... khống chế và chi phối. Đó là các lợi ích về phương diện cảm xúc mà người tu thiền có thể đạt nhờ làm chủ bản thân, làm chủ cảm xúc, làm chủ thái độ và làm chủ hành vi.

5. THIỀN TĂNG CƯỜNG SỨC KHỎE TÂM

Về hoạt động tâm trí thì cảm xúc là mớ bung xung, hừng hực bên ngoài, giống như tác động của gió làm biển gợn sóng. Cảm xúc như sóng biển. Cảm xúc như thủy triều của con sông. Người tu thiền nỗ lực làm chủ các phản ứng cảm xúc để tâm không bị gợn sóng, không bị vẫn đục, không bị chao đảo, tâm trở nên thư thái và bình an trong mọi hoàn cảnh.

Người tu thiền trước nhất có sức khỏe tâm tốt, bản lĩnh, vững chãi, thư thái, thảnh thơi. Người tu thiền sẽ không cường điệu hóa các nỗi khổ và niềm đau. Khi gặp khó khăn, trở ngại như núi thì người tu thiền xem nhỏ như tảng đá, bằng tảng đá xem nhỏ như cục đá, bằng cục đá xem như hạt sỏi, bằng hạt sỏi xem như hạt cát và hạt cát xem như không có gì. Cùng trải qua nghịch cảnh như bao nhiêu người khác, nhờ có tu thiền, các bạn sẽ giải quyết được vấn nạn một cách căn cơ, an toàn, dứt điểm, không để lại các phản ứng phụ.

Người yếu kém về ký ức, bị đãng trí, hay quên trước quên sau, nhờ thực tập thiền sẽ cải thiện sức khỏe tâm trí đến lúc phục hồi các chức năng nhận thức một cách bình thường. Chính niệm trong thực tập thiền giúp bạn tập trung vào đối tượng đang xảy ra, bây giờ và tại đây; nhờ đó, các bạn không đánh mất năng lượng vào quá khứ với các việc đã qua, cũng như quá lo lắng cho những chuyển việc chưa xảy ra. Nhờ tu thiền chỉ, các bạn cải thiện năng lực tập trung và chuyên nhất, theo đó, tăng cường khả năng ký ức và nhận thức.

Các bạn nên tập thành thói quen: "*Công việc xuất phát ở đâu, các bạn khóa lại ở chỗ đó*". Ví dụ, công việc ở công ty thì khi về nhà, các bạn đừng mang việc về nhà. Tương tự, khi ở công ty, các bạn đừng mang việc gia đình vào làm. Khi đến chùa, các bạn hãy quên hết chuyện công ty, chuyện gia đình, chuyện chợ búa, chuyện ăn uống, chuyện người thân; chỉ nhớ đến tâm linh để tinh thần thoải mái, an lạc, hạnh phúc, thảnh thơi thôi.

Ở không gian nào, các bạn trải nghiệm an vui ở không gian đó. Cách thực tập chánh niệm về không gian giúp bạn giải phóng các dề nén cảm xúc, bởi những việc đã qua hoặc là chưa tới. Nhờ thế, các bạn không bị áp lực đèo bồng công việc gấp đôi, gấp ba. Các bạn có đủ thời gian trải nghiệm sự thảnh thơi và thư thái trong công việc với trách nhiệm và cam kết cao hơn.

Thói quen tích cực khác, các bạn nên thực tập: "*Đang ở thời gian nào, các bạn tập trung công việc đó. Đừng đèo bồng 2-3 công việc cùng một lúc*". Sức chịu đựng của con người là có giới hạn. Các bạn cần thương thân thể mình một cách thông minh. Đừng lạm dụng thân thể quá mức. Tâm giống ổ dĩa cứng trong máy vi tính. Nếu trong một thời gian, các bạn nhồi nhét vào quá nhiều việc ở hiện tại, cộng với biết bao chuyện quá khứ thì tâm bạn không còn chỗ để nhớ và làm chủ hiện tại nhớ được. Lo lắng về tương lai quá thì chuyện hiện tại bị phớt lờ đi. Ký ức có giới hạn, nhớ nhiều chuyện quá, nhất là những chuyện tào lao thì bạn không thể nhớ dai, nhớ tốt được.

Người tu thiền nâng cao kỹ năng nhận thức, không mê tín dị đoan, không sợ hãi, không hoảng hốt, không lo lắng, không bồn chồn, không hoang mang. Tiến trình nhận thức của người tu thiền rất là rõ ràng "như sự vật đang là". Nghĩa là, sự vật như thế nào ta ghi sự vật như thế đó, không chạy theo nó, không lệ thuộc vào nó, không phớt lờ nó, không thù địch nó, không cưỡng chế nó, không ức chế nó; cứ để sự vật diễn ra tự nhiên, chỉ cần bạn làm chủ tâm để trở thành chủ nhân của sự sống.

Người có ký ức tốt có khả năng sáng tạo tốt. Khi khép chuyện quá khứ với không gian quá khứ, khép chuyện tương lai với không gian tương lai, các bạn tập trung ở hiện tại, nhờ đó, tâm các bạn trở nên trong sáng, rõ ràng, các bạn sẽ dễ tăng trưởng sự phát minh, sáng kiến, sáng tạo, nhờ có nhiều ý tưởng mới, nhãn quan mới.

Sau khi bị tống khứ khỏi công ty Apple do ông đồng sáng lập, thay vì hận đời, Steve Jobs đã sang Nhật Bản học và thực thiền Phật giáo. Quay trở lại Hoa Kỳ sau vài tháng tu thiền, Steve Jobs trở thành con người mới. Vượt lên trên hận thù, không mặc cảm quá khứ đau thương, Steve Jobs tập trung vào lĩnh vực sáng tạo và phát minh. Kết quả là, dù qua đời ở tuổi 56, Steve Jobs đã để lại cho đời 265 bằng sáng chế, đồng phát minh có giá trị ứng dụng tích cực, góp phần cải thiện cuộc sống con người. Chừng ấy bằng phát minh và sáng chế trong một kiếp người ngắn ngủi, thật ấn tượng, trên cả tuyệt vời, không phải ai cũng có thể làm được.

Người tu thiền do nhìn thấy rõ mọi vật là nhân duyên và tương tác nên thường có quyết định sáng suốt và rất nhanh, không chần chừ, không do dự, không tiến thoái lưỡng nan. Khi tâm sáng thì vô minh và sợ hãi không còn nữa. Khi thấu rõ được bản chất của "sự vật đang là", bạn sẽ nhìn thấy "sự vật trong chính nó", vốn khác với "sự vật giả định, sự vật tưởng tượng, sự vật chủ quan". Thấy rõ mọi thứ trong tương quan giữa nhân, duyên và quả, các bạn quyết định nhanh và quyết định nào cũng dẫn đến kết quả tốt đẹp.

Người tu thiền có khả năng giải quyết các vấn nạn một cách nhẹ nhàng và dứt điểm. Vừa giải quyết công việc một cách nhanh chóng, vừa có hiệu quả cao. Khi tâm sáng suốt nhờ tu thiền quán, bạn sẽ lập trường vững chắc, lý tưởng cao quý để theo đuổi cho đến cuối đời; không có bỏ cuộc nửa chừng, không đầu hàng trước số phận.

Về năng lực tập trung, người tu "thiền chỉ" sẽ đạt được định và nhất tâm. Tập trung cái gì thì người tu thiền sẽ tập trung sâu. Về quản trị, người tu thiền đi vào chiều sâu của vấn đề; từ mắt xích này đến mắc xích khách với tính liên kết, tính tương tác. Năng lực quản trị của người tu thiền sẽ tốt hơn nhờ tâm tập trung xử lý các thông tin và công việc. Không chỉ không chạy theo thông tin thất thiệt, nhờ tu thiền, người sáng suốt biết sử dụng các thông tin cho mục đích tích cực và có giá trị.

Nói tóm lại, về phương diện tâm, người tu thiền có năng lực "nhìn sự vật như chính nó" và khởi lên nhận thức "như lý tác ý" (*yoniso manaskara*), tuyệt đối không dán nhãn, đặt tên lên con người, sự vật, sự việc, tình huống một cách chủ quan.

Ví dụ, trước mặt bạn đang có hai cành hoa phong lan. Các bạn chỉ đơn thuần nhận thức: "Đây là hoa phong lan", đừng đánh giá "Hoa phong lan nhỏ, lớn, hoa phong lan đẹp, xấu gì hết." Chỉ đơn thuần ghi nhận: "Đây là hoa phong lan" như nó đang là.

Tương tự, bạn chỉ nên nhận thức (thay vì quen đánh giá) con người, sự vật, sự việc, tình huống đúng với những gì đang diễn ra, không can thiệp sự phê phán và thái độ chủ quan. Tu "thiền tuệ" giúp các bạn giảm dần thái độ chủ quan, sự nhạy cảm, tâm thành kiến, định kiến, sự mặc cảm.

Tập nhìn mọi thứ một cách nhẹ nhàng, sâu lắng, không để "lăng kính màu kinh nghiệm" can thiệp vào những gì đang xảy ra ở hiện tại. Quá khứ là những gì không còn nữa. Áp đặt chuyện quá khứ lên hiện tại, bạn đã vô tình nhìn đời bằng lăng kính màu chủ quan, thậm chí định kiến.

Quan trọng của người tu thiền chỉ và thiền quán là tập nhìn "thấy mọi vật đang diễn ra như chúng đang là" để làm chủ tâm, làm chủ cảm xúc, làm chủ thái độ, làm chủ nhận thức, từ đó, không chỉ là "nhận thức như thị", người tu thiền đạt được tuệ giác về mọi sự vật.

6. THIỀN CÓ ÍCH VỀ QUAN HỆ XÃ HỘI

Khi tu thiền tăng trưởng sức khỏe, cải thiện cảm xúc, nâng cao nhận thức đúng về mọi sự vật, người tu thiền tiếp tục phát triển tâm theo chiều hướng tốt, nhờ đó, trong giao tế xã hội, mọi thứ đều diễn ra một cách tốt đẹp. Nói chính xác, tu thiền giúp bạn trở nên hữu ích trong các quan hệ xã hội giữa bạn với những người xung quanh.

Người tu "thiền quán" sẽ có "tâm thông cảm" với hoàn cảnh sống, thái độ sống và hành vi ứng xử của người khác cho nên không cố chấp, xung đột, mâu thuẫn, va chạm, loại trừ ai hay gây thương tổn lẫn nhau. Người tu thiền có khả năng chịu đựng tích cực. Khi người khác chưa hiểu được bạn, bạn không vì thế mà khổ đau. Bạn không cần than trời, trách đất, đổ lỗi cho xã hội, quy kết cho người này người nọ. Bạn chỉ cần thản nhiên, tập nhìn sâu, thông cảm, hợp tác, nỗ lực hóa giải xung khắc, vượt qua cái tôi, nhờ đó quan hệ xã hội của bạn ngày càng tốt đẹp.

Người tu thiền sẽ có thêm các quan hệ xã hội mới, có ý nghĩa rất tích cực. Nhờ làm chủ cảm xúc, bạn sẽ không tự cô lập, đồng thời, mở rộng phạm vi tương tác tích cực với mọi người. Người tu thiền từ bi trở nên tốt bụng, cảm thông, độ lượng, bao dung, quảng đại và vị tha. Bạn sẽ thấu hiểu mọi người và nhận thức đúng mọi vật. Bạn không mê tín dị đoan, không sợ hãi, không trốn chạy, không vô cảm, không trở thành gánh nặng của người khác.

Nhờ tu tập trí tuệ, bạn có cảm thông lớn, hiểu biết rộng, tầm nhìn xa, biết sẻ chia, giúp đỡ tha nhân, nhờ đó, bạn được thiện cảm và yêu quý, mến, thích, hợp tác từ người khác. Người tu "thiền quán" sẽ không cô đơn, cô độc về xã hội; có nhiều thiện hữu tri thức và bạn đạo để cùng đồng hành trên con đường giác ngộ và an vui.

Tương tác xã hội của người tu thiền sẽ theo chiều hướng tích cực. Nhờ làm chủ cảm xúc, tâm tư và ý niệm, người tu "thiền quán" không bị vướng kẹt vào "chủ nghĩa cái tôi", không chấp mình là đúng, tốt, là trục xoay, là quan trọng, là hơn hết; không cho rằng mọi người là thứ yếu và sai. "Chủ nghĩa cái tôi" tạo ra nhiều rào cản xã hội, những bức tường "Berlin" và "Vạn lý trường thành" giữa ta và những người xung quanh.

Người tu thiền, khi làm chủ cảm xúc, sẽ trở nên khiêm tốn, giản dị, bình dân, chân thành, chất phát hơn nhưng rất đáng kính. Nhờ tu thiền, bạn có thể giao du, tiếp xúc với mọi người, không phân biệt xã hội. Khi giao tế, bạn tiếp xúc con người với tư cách là một con người, bất luận giới tính, màu da, sắc tộc, vị thế xã hội. Hãy sống chân thành, cởi mở, biết quan tâm và giúp đỡ.

Người tu thiền sẽ tăng trưởng thói quen tích cực. Ngoài việc nỗ lực vượt qua thói quen hút thuốc, uống rượu bia, ma túy, cờ bạc, game điện tử... người tu thiền trở nên bài bản, ngăn nắp, giản dị, dễ gần gũi, biết tiết kiệm, siêng làm việc thiện, thích tham gia Phật sự, vui việc nhân đạo và năng động trong cứu đời, giúp người.

Thực tập thiền từ bi trước giờ ngủ sẽ giúp bạn giải phóng được các hận thù, oan trái, oán kết; khép lại quá khứ đau thương, mở ra cơ hội hợp tác tích cực và cùng có lợi ở hiện tại, cùng xây dựng tương lai cao quý.

Về bản chất người, hễ là người phàm thì bị sai lầm có rũi ro xảy ra. Đặt mình vào tình huống của sai lầm, trong hoàn cảnh đó, chưa chắc ta đã ứng xử tốt hơn. Thay vì ghét bỏ kẻ sai lầm, ta nên thông cảm và giúp đỡ họ vượt qua yếu kém của bản thân. Càng là người tốt, bạn không nên ứng xử "ăn miếng trả miếng", đối lập, loại trừ, một mất một còn.

Thay vì thù hận con người, bạn hãy xem tham ái, sân hận, si mê, cố chấp là kẻ thù chung của nhân loại. Mọi công dân toàn cầu phải khởi lên "cuộc thánh chiến" nhằm chuyển hóa các gốc rễ bất thiện, các hành động gây khổ đau và các thói hư, tật xấu. Con người, trên thực chất, không phải là kẻ thù của con người.

Để giải quyết xung đột, bạn nên chọn giải pháp "cả hai cùng có lợi" (*Win-win situation*) tức cả hai cùng chiến thắng. Khi quyết định và làm bất kỳ điều gì, bạn đạt được lợi ích cho bản thân nhưng không được đẩy người khác vào thế thất bại, bị tổn thất, bị ảnh hưởng tiêu cực, bị loại trừ, bị xấu hổ. Trong mọi tình huống, hãy tìm giải pháp thông minh và thích hợp nhất để bên nào cũng được lợi ích, theo đó, bạn không gây hận thù, kết oán với người khác.

Ngoài yếu tố nỗ lực hòa giải các oan trái và hận thù, nỗ lực ngoại giao dân sự, ngoại giao chính trị, tham gia hòa đàm nhằm giải quyết các bất đồng, kiềm chế xung đột vũ trang, kêu gọi hòa bình, mang lại bình an cho mọi người.

Năm 1966, thiền sư Nhất Hạnh đang khi du học tại Hoa Kỳ, đã nỗ lực vận động hòa bình cho cuộc chiến Việt Nam được sớm kết thúc. Với những nỗ lực xây dựng hòa bình, vào năm 1967, thiền sư Nhất

Hạnh đã được mục sư Martin Luther King đề xuất giải "Nobel hòa bình". Dù không đoạt giải thưởng cao quý này, thiền sư Nhất Hạnh, người truyền bá đạo Phật, đã kết nghĩa thâm giao với mục sư Martin Luther King, người truyền bá phúc âm Tin Lành.

Thập niên 70, tại Hoa Kỳ, mâu thuẫn và xung đột sắc tộc do kỳ thị màu da lên đến đỉnh cao. Mục sư Luther King kêu gọi hòa giải ở tiểu bang Missouri và Tennessee và nhiều thành phố khác tại Hòa Kỳ, kêu gọi người da trắng hãy tôn trọng và xem người da đen là những kẻ nô lệ, bị ứng xử như con vật nữa. Mục sư Luther King kêu gọi người da ngừng các phản kháng mang tính bạo động, nỗ lực hòa giải, tập sống hài hòa để tạo dựng hình ảnh tốt đẹp ở người da trắng. Phong trào hóa giải hận thù này đã có tác động tích cực đến xã hội người da trắng nói riêng và toàn nước Hoa Kỳ nói chung, góp phần tạo ra sự tốt đẹp, tôn trọng nhân quyền của Hoa Kỳ trong các thập niên sau đó cho đến hôm nay.

Rất tiếc, khi phong trào đòi bình đẳng màu da lên cao, mục sư Luther King đã bị ám sát vào ngày 4-4-1968. Nếu mục sư Luther King tiếp tục sống thêm 3-4 thập niên nữa thì sự kỳ thị chủng tộc, màu da, các hình thức bất công xã hội tại Hoa Kỳ sẽ kết thúc sớm hơn, nhờ đó, Hoa Kỳ trở thành đất nước đầy hứa hẹn và tốt đẹp hơn nữa. Ngày nay, Hoa Kỳ với tư cách là Hiệp Chủng Quốc, vẫn còn đó tình trạng phân biệt màu da và sắc tộc, có khi công khai, có lúc ngấm ngầm. Nơi nào, người da đen, da màu và dân châu Á đến sống nhiều thì người da trắng dần dà bỏ đi hết. Hoa Kỳ hay bất kỳ nước nào khác trên địa cầu này khó trở thành nước "dreamer" đích thực, như kỳ vọng của nhiều người.

Tháng 6-2017, nhân chuyến hoằng pháp tại Hoa Kỳ, tôi thăm thành phố St. Louis, Missouri. Qua quan sát, tôi thấy rằng ở khu vực người da đen sống trong bán kính 20km, hiếm có người da trắng. Do phân biệt đối xử, người da trắng khinh thường người da đen. Người Mỹ da trắng thành kiến người Mỹ da đen là lười biếng, bạo động, phạm pháp, tạo ra không gian sống bất ổn về an ninh. Người Mỹ da trắng thày chuyển nhà đến một nơi xa hơn, giá nhà mắc hơn để tìm kiếm sự an toàn.

Tương tự, thành phố Santa Ana và quận Cam, Cali, Hoa Kỳ, cách 45 năm về trước, chỉ có lưa thưa vài hộ Việt Nam sinh sống. Khi cộng đồng Việt Nam đến cư trú nhiều tại khu vực này, người Mỹ da trắng cũng lần lượt bỏ đi nơi khác. Nay quận Cam đã trở thành là khu dân cư người Mỹ gốc Việt sinh sống và làm ăn. Đó cũng là dấu hiệu của phân biệt đối xử xã hội. Đừng ngộ nhận rằng Hoa Kỳ là quốc gia lý tưởng về bình đẳng và công bằng xã hội. Vẫn còn đó nhiều phân biệt đối xử do khác biệt chủng tộc, màu da, tôn giáo lắm. Xã hội người phàm là thế đấy.

Tại Hoa Kỳ và nhiều nước phương Tây, nơi tự hào là nền văn minh lớn, để được tuyển dụng vào các vai trò quan trọng trong quản trị, chính trị, xã hội, giáo dục… nếu bạn là người Mỹ da trắng, bạn có cơ hội cao hơn người Mỹ di dân từ châu Phi, châu Á. Để được tuyển dụng vào các vị trí cao, tại các nước phương Tây, nếu bạn là người da đen và da màu, bạn phải có trình độ và năng lực cao hơn các ứng cử viên da trắng thì mới khả năng được các CEO người da trắng tuyển dụng. Nói cách khác, phân biệt đối xử về chủng tộc, màu da… vẫn tiếp tục tồn tại tại Hoa Kỳ và nhiều nước tiên tiến trên thế giới, mặc dù theo Hiến pháp của các nước này, phân biệt đối xử là phạm pháp.

Người tu thiền, nhờ chuyển hóa cảm xúc, thái độ, tâm tư và nhận thức, dễ dàng xóa bỏ được tâm phân biệt đối xử, khoảng cách xã hội, sống hài hòa một cách chân thành và tương tác với tâm từ ái, bao dung. Người tu Phật nói chung, tu thiền nói riêng, không xem sắc tộc, màu da, tôn giáo, giới tính là rào cản xã hội. Họ nhấn mạnh đến đạo đức, trí tuệ, năng lực và hiệu quả công việc, đồng thời, tôn trọng các lợi ích trong tương tác giữa con người với con người. Trong phạm vi tương tác xã hội, những người tu thiền góp phần mang lại sự thân thiện, hòa giải, hợp tác, xóa bỏ hận thù, xây dựng hòa bình, mang lại hạnh phúc cho nhiều người.

Việt Nam ta có thiền sư Nhất Hạnh như ngôi sao sáng về xóa bỏ hận thù, xây dựng hòa bình. Tây Tạng có đức Dalai Lama 14. Ấn Độ có thánh Gandhi. Hoa Kỳ có linh mục Luther King. Châu Phi có Nelson Mandela và giám mục Desmond Tutu. Các quốc gia khác đều có các nhân vật biểu tượng cho hòa bình, hòa giải, hòa hợp và công chính. Tu "thiền quán", khi làm chủ cảm xúc và tâm, các bạn sẽ tăng trưởng các hạt giống từ bi, vô ngã, vị tha, quảng đại, bao dung... do vậy, các bạn sẽ trở nên hữu ích cho xã hội.

Ngày 28/6/2017, tôi đến thăm công viên "Rememeber Them" (Hãy nhớ đến họ) ở thành phố Oakland, California, Hoa Kỳ, nơi có tượng đài tôn vinh 25 nhân vật nổi tiếng thế giới về hòa bình, phúc lợi xã hội, tinh thần vô ngã và vị tha. Chính quyền và nhân dân thành phố Oakland đã khắc tượng họ bằng. Mỗi nhân vật được trích dẫn câu nói nổi tiếng về hòa bình, bình đẳng, nhân quyền và giá trị sống. Dù chưa là người biểu tượng của những phẩm chất cao quý, khi tu thiền, làm chủ cảm xúc, vượt qua cái tôi, các bạn sẽ biến kẻ thù thành bạn, xóa đi quá khứ đau thương, hàn gắn tình người, góp phần mang lại hòa bình.

Trong các đời tổng thống Hoa Kỳ, tôi cho rằng tổng thống Bill Clinton là người có tâm nhân ái, phù hợp với tinh thần từ bi và hóa giải hận thù của đạo Phật. Vào ngày 11-7-1995, tổng thống Bill Clinton của Hoa Kỳ và thủ tướng Võ Văn Kiệt của Việt Nam chính thức tuyên bố bình thường hóa quan hệ ngoại giao, mở ra chương mới "Việt – Mỹ nắm lấy tay nhau".

Dứt điểm mối "quan hệ cựu thù" giữa Hoa Kỳ và Việt Nam là nhờ công của tổng thống Barack Obama và thủ tướng Nguyễn Xuân Phú. Ít có nguyên thủ quốc gia nào đến Việt Nam lại được người Việt Nam đứng sắp hàng hàng cây số, chào đón như tổng thống Barack Obama. Tổng thống Barack Obama là con người có tinh thần hòa giải, xứng đáng nhận giải thưởng "Nobel Hòa bình" vào ngày 9-10-2009 cho "những nỗ lực phi thường, tăng cường ngoại giao quốc tế và hợp tác giữa các dân tộc".

Trên internet lưu truyền một số hình ảnh tổng thống Bill Clinton và Barack Obama ngồi thiền. Tôi tin rằng vài lần gặp Đức Dalai Lama thứ XIV và thiền sư Nhất Hạnh, hai tổng thống Bill Clinton và Barack Obama đã chịu ảnh hưởng nhất định từ triết lý từ bi và hòa bình của đạo Phật. Hai vị đã nỗ lực khép lại quá khứ đau thương giữa Hoa Kỳ và Việt Nam, mở ra phương trời cao rộng về hợp tác nhằm mang lại lợi ích song phương cho Hoa Kỳ và Việt Nam. Tinh thần hòa giải, cao thượng, vô ngã, vị tha... và những phẩm chất cao quý luôn có sẵn trong kho tàng tâm của mỗi người như những hạt giống tiềm năng. Người tu "thiền quán" có khả năng mở cửa kho tàng tiềm năng vô tận đó.

Nhìn chung, người tu thiền có khả năng mang lại sự hài hòa trong cộng đồng, hợp tác trong xã hội, cũng như hòa bình trong mỗi gia đình, cộng đồng, quốc gia và thế giới. Tâm người tu thiền từ bi và thiền tuệ luôn hướng đến sự thân thiện, hạnh phúc, từ bi; không phân biệt đối xử vì bất kỳ lý do gì, nhờ đó sống hạnh phúc và góp phần xây dựng bình an trên dương thế.

7. THIỀN HƯỚNG ĐẾN GIÁC NGỘ VÀ GIẢI THOÁT

Bên cạnh việc hoàn thiện đạo đức và trí tuệ, người tu thiền chỉ và thiền quán có khả năng giải phóng tất cả nỗi khổ, niềm đau, hướng tâm tới giác ngộ và giải thoát. Phương pháp tâm linh quan trọng nhất của đức Phật là tứ thánh đế trong kinh *Chuyển Pháp Luân*. Bốn chân lý thánh đề cập đến hai quan hệ nhân quả. Thứ nhất là nhân quả khổ đau gồm các hệ quả khổ đau và nguyên nhân gây tạo như tham ái, sân hận, si mê và cố chấp. Kế đến là nhân quả hạnh phúc gồm quả Niết-bàn và bát thánh đạo.

Con đường thánh gồm tám yếu tố chia làm ba trụ cột: Trụ cột trí tuệ, trụ cột đạo đức và trụ cột thiền định. Về trí tuệ, ta phải đạt được tầm nhìn chân chính (chánh kiến) và tư duy chân chính. Về đạo đức, ta phải thực tập nói lời đạo đức, hành động đạo đức, nghề nghiệp đạo đức và nỗ lực đạo đức. Về thiền định, ta phải thực tập chánh niệm và chánh định. Khi thực tập chánh điện, các bạn lần lượt đạt được bốn cấp bậc định:

(i) Thiền định cấp 1 (*Paṭhamajhāna*): Ly dục sinh hỷ lạc. Vượt qua tính dục, người tu thiền đạt được an lạc, hạnh phúc. Cấp thiền này có yếu tố: Tầm (tìm đề mục thiền thích hợp), tứ (giữ tâm lên đề mục thiền thích hợp), hỷ, lạc và định.

(ii) Thiền định cấp 2 (*Dutiyajhāna*): Định sinh hỷ lạc, tức nhờ năng lực định tạo ra an lạc, hạnh phúc, thư thái. Cấp thiền này có 3 yếu tố: Hỷ, lạc và định.

(iii) Thiền định cấp 3 (*Tatiyajhāna*): Ly hỷ diệu lạc, tức hạnh phúc sâu lắng và vi tế do rời bỏ trạng thái hỷ, lạc ở cấp thiền 1 và 2. Cấp thiền này chỉ còn 2 yếu tố: Lạc và định.

(iv) Thiền định cấp 4 (*Catutthajhāna*): Xả niệm thanh tịnh, tức trạng thái thanh tịnh nhờ buông bỏ mọi cảm xúc, tri giác, tâm tư, ý niệm, nhận thức. Cấp thiền này thanh tịnh như chân không. Dừng lắng, tỉnh lặng, nhất tâm, như nhất, thanh tịnh, an lạc, thư thái tuyệt đối; không còn vướng kẹt vào không gian, thời gian, con người, sự vật, sự việt và bất kỳ cái gì trên đời.

Nhờ thực tập đầy đủ đạo đức và các cấp thiền định, người tu tập sẽ đạt được giải thoát nhờ trí tuệ (*paññā vimutti,* tuệ giải thoát) và dĩ nhiên, bạn sẽ giải phóng tâm khỏi các nỗi khổ, niềm đau (*ceto vimutti,* tâm giải thoát). Bỏ qua thiền định, hành giả không thể đạt được giải thoát đích thực.

Nói cách khác, người tu thiền sẽ đạt được tuệ giải thoát (*paññā vimutti*) và tâm giải thoát (*ceto vimutti*). Để đạt được tâm giải thoát, bạn cần nỗ lực: (i) cởi trói tham ái bằng sự thực tập vô sở trụ và buông xả, (ii) cởi trói nóng giận, hận thù, oan trái bằng thực tập từ bi và buông xả, (iii) cởi trói lưới nghi bằng thực trí tuệ do học Phật pháp, trí tuệ do nghiền ngẫm chân lý và trí tuệ do ứng dụng Phật pháp, (iv) cởi trói hôn trầm và thùy miên bằng thiền hành, chính niệm, tỉnh thức, tinh tấn và năng động, (v) cởi trói dao động và hối tiếc bằng sự thực tập thiền chỉ và chuyển nghiệp.

Đức Phật Thích-ca trải qua gần 6 năm

tu khổ hạnh sai lầm, suýt nữa chết toi mạng. Từ bỏ phương pháp khổ hạnh, đức Phật khám phá tứ thánh đế, thực tập thiền chỉ và thiền quán suốt 49 ngày miên mật dưới cội Bồ-đề, đức Phật được ba tuệ giác lớn: Túc mệnh minh, thiên nhãn minh và lậu tận minh.

Túc mệnh minh (*Pubbenivāsānus-satiñāṇa*) là tuệ giác thấy rõ các nghiệp và đời sống quá khứ của bản thân từ đại cương đến chi tiết.

Thiên nhãn minh còn gọi là sanh tử minh (*Cutūpapātañāṇa*) là tuệ giác thấy rõ các sự tái sinh theo nghiệp và các kiếp sống của chúng sinh ở tương lai.

Lậu tận minh (*Āsavakkhayañāṇa*) là tuệ giác thấy rõ nỗi khổ niềm đau và nguyên nhân khổ đau của bản thân đã hoàn toàn kết thúc.

Nhờ tu thiền chỉ và thiền quán, sa-môn Gotama đạt được tam minh, trở thành bậc giác ngộ viên mãn đầu tiên trong lịch sử tư tưởng của nhân loại. Đức hiệu của ngài là Phật Thích-ca Mâu-ni, tức "*bậc giác ngộ, nhà hiền triết của nước Sakya*".

Điều này cho thấy, không có thiền, đức Phật đã không trở thành bậc giác ngộ viên mãn. Các bậc thánh A-la-hán, các bậc Bồ-tát đều thực tập và chứng đắc thiền định, phát triển tuệ giác và những phẩm chất cao quý của tâm. Phật tử tại gia dù tu theo pháp môn nào, mỗi ngày nên ngồi thiền ít nhất 15 phút để tĩnh tâm và làm chủ cảm xúc. Tu tập tinh tấn như một thói quen tốt, các bạn sẽ hoàn thiện được ba trụ cột tâm linh trong đạo Phật là trí tuệ, đạo đức và thiền định.

Tu thiền mỗi ngày, tối thiểu 3 tháng, bạn sẽ cảm nhận được những thay đổi tích cực trong bạn: Tăng cường sức khỏe thân thể, cảm xúc bạn trở nên tích cực, tâm trí sáng suốt hơn, hài hòa trong các quan hệ xã hội, hướng đến chứng đắc các quả thánh, giác ngộ và giải thoát.

Tóm lại, tu thiền chỉ với 40 đề mục thiền để phát triển "định tâm" và "nhất tâm" và thiền quán với 4 nội dung để phát triển trí tuệ. Người tu thiền đúng phương pháp Phật dạy như nêu trên sẽ từ người phàm trở thành chân nhân, từ chân nhân trở thành tiệm cận thánh nhân, từ tiệm cận thánh nhân trở thành thánh nhân, từ thánh nhân trở thành Bồ-tát và từ Bồ-tát trở thành Phật. Đó là tiến trình chuyển hóa tâm thức mà người tu học Phật cần phải lần lượt trải qua và đạt được ở trong đời.

VÀI NÉT VỀ TÁC GIẢ

Pháp sư Thích Nhật Từ sinh tại Sài Gòn năm 1969, xuất gia năm 1984, là nhà cải cách Phật giáo hiện đại, người chủ trương nhập thế, nhà diễn thuyết, nhà hoằng pháp, dịch giả kinh điển, tác gia, nhà thơ, nhà tư vấn tâm lý, và nhà hoạt động xã hội.

Thầy là tác giả của hơn 80 quyển sách ứng dụng Phật giáo, thuyết giảng hơn 3800 bài pháp thoại về các chủ đề khác nhau. Thầy là Chủ biên và xuất bản Đại Tạng Kinh Việt Nam (hơn 100 CD âm thanh), Tùng thư và tạp chí Đạo Phật Ngày Nay hơn 200 quyển và hơn 100 album về âm nhạc Phật giáo. Thầy có công vận động Việt Nam trở thành nước đăng cai Đại lễ Phật đản LHQ, đồng thời, nguyên là Phó tổng thư ký của đại lễ VESAK năm

2006, 2007, 2014 và Tổng thư ký của đại lễ VESAK năm 2008.

Thầy tích cực tham gia các đối thoại liên tôn giáo và kêu gọi hòa bình và hòa hợp. Thầy truyền bá Phật pháp qua các hoạt động giáo dục, văn hóa và từ thiện, nhằm mang lại lợi lạc cho cộng đồng và xã hội.

Thầy là người sáng lập Đạo Phật Ngày Nay từ năm 2000. Thầy tốt nghiệp Tiến sĩ Triết học tại Đại học Allahabad, Ấn Độ, năm 2001. Ghi nhận các đóng góp to lớn của thầy về giáo dục và hoạt động quốc tế Phật giáo, Đại học Mahamakut, Thái Lan trao tặng thầy bằng Tiến sĩ danh dự về Tôn giáo học 2010, Đại học Mahachulalongkorn tặng bằng Tiến sĩ danh dự về triết học 2016, Đại học Apollos tặng bằng Tiến sĩ danh dự nhân văn 2016. Tôn vinh những đóng góp to lớn của thầy cho hoằng pháp, Chính phủ Miến Điện tặng thầy danh hiệu Người thắp đuốc Diệu pháp năm 2015 và Hòa thượng Somdet Phramaha Ratchmangkhlachan, Quyền Tăng vương Thái Lan, trao thầy danh hiệu Lãnh đạo xuất sắc Phật giáo thế giới.

Pháp sư Nhật Từ hiện là Phó Viện trưởng Học viện Phật giáo Việt Nam tại TP.HCM, Phó Ban Hoằng pháp TW, Phó Ban Giáo dục TW, Phó Ban Phật giáo quốc tế, Chủ tịch Quỹ Đạo Phật Ngày Nay và Trụ trì Chùa Giác Ngộ và Chùa Tượng Sơn.

***

Made in the USA
Middletown, DE
07 February 2021

33295939R00056